போர்
அமைதி
& சந்தை

மணி ராமலிங்கம்

Be4 BOOKS

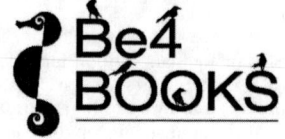

The views and opinions expressed in this book are the author's own. The facts contained herein were reported to be true as on the date of publication by the author to the publishers of the book, and the publishers are not in any way liable for their accuracy or veracity.

- போர் அமைதி & சந்தை ● நாவல்
- மணி ராமலிங்கம்© ● முதல் பதிப்பு: டிசம்பர் 2023
- Pōrum amaitiyum&cantaiyum ● Novel
- Mani Ramalingam© ● 1st Edition : December 2023
- Pages : 164 ● Price : ₹ 215/-
- ISBN: 978-81-19568-73-4

Released by :
B4books
M/s. Yaavarum Publishers
24, Shop no - B, S.G.P Naidu Complex,
Dhandeeswaram Bus Stop
Opp: Bharathiar Park
Velachery Main Road
Velachery, Chennai - 600 042
yaavarum1@gmail.com
9024261472 & 9940021472
Url : www.yaavarum.com; www.be4books.com

Layout Designed by : Santhosh kolanji
Cover Desinged by
Y Creations

All rights, including professional, amateur, motion pictures, recitation, public reading, broadcasting and the rights of translation into foreign languages are strictly reserved. No part of this book may be reproduced in whole or in part or utilized in any form or by any means electronic or mechanical, including photocopying, recording or by any information storage and retrieval system now known or hereafter invented, without the prior written permission of the author/publisher.

அப்பாவிற்கும்
எழுத்தாளர் எஸ்.சங்கரநாராயணன்
அவர்களுக்கும்

என்னுரை

லாக் அவுட் 1960 களில் பொதுவான ஒன்று. மூடும், போராட்டம், அரசாங்க கவனம், திறப்பு என்கிற பார்முலாக்குள்.

அப்பாவை மறுபடியும் வேலையில் சேர்க்க, ஒரு பொய் சொல்லச் சொன்னது மேனெஜ்மெண்ட். போராட்டத்திற்கும் அவருக்கும் எந்த சம்பந்தமில்லையென்று. அப்பா மறுத்துவிட்டார்.

அரசாங்கம் எடுக்கும் நேரத்தில் தொழிற்துறை அமைச்சரைச் சந்தித்து வேலையில் எடுக்க பிரயத்தனப்பட்டார்கள் நண்பர்கள். ஜாதி என்கிற ஒரே காரணத்தால், அமைச்சரால் சிவப்பு மையிடப்பட்டுத் துரத்தப்பட்டார். ஜாதி வெறுப்பு என்கிற மாடல் தலை விரித்தாடிய காலம் அது.

வட இந்தியாவில் சில வருடம், அங்குமிங்குமெனப் பிழைப்புக்காக ஓடி, ஏதோ செட்டிலாகி வாழ்க்கையை ஓட்டினார். வாழ்க்கை கடினப்பட்ட நாட்களில், ‘அப்பயே ஒரு பொய் சொல்லியிருக்கலாம்’ என்று முனகலாய் குடும்பத்தில் வரும் வசனங்களை மௌனமாய் விழுங்கிவிடுவார்.

லாக் அவுட். ஒரு பொய். ஜாதி வெறுப்பு. இப்படியான ஒரு வாழ்க்கையில் அவர் எப்போதும் தன்னை சதப்ரக்ஞனாகவே வைத்துகொண்டார் என எண்ண வேண்டியிருக்கிறது.

*

90களில் உருவான கணிப்பொறி புரட்சி தொழில் சந்தையை மாற்றிப் போட்டது. முதல் தலைமுறை முனைவர்கள், மாறும்

தொழில் சந்தை, மூளையே மூலதனம் என்பதனால் மாறுதல், - உலக சந்தை திறப்பின் எச்சில்.

நிறுவனம் என்பது ஒரு உயிரியல். வெறும் கட்டடமல்ல. அதற்கான வேதியியலோடு அது உருவாக்கம், பாதுகாத்தல், அழித்தல், மாயை, தன்னுணர்தல் என்கிற சிருஷ்டியை செய்து கொண்டிருக்கிறது. பொருளோ, சந்தையோ - அந்த விதிகளின் வட்டத்தில்தான் சுற்றிக்கொண்டிருக்கிறது.

ஆனாலும் 90களில் சந்தித்த லாக் அவுட் எதிர்பார்க்காத ஒன்று. இடம்தான் வேறே ஒழிய அதே குருஷேத்திரம்தான்.

உள்ளாறாத வடுக்கள் இருந்ததுதான் போல.

*

வாழ்க்கை அனுபவம் மிக்கது. அறிவு மிக்கது. தன்னகத்தே அறிவு கொண்டது என்றெல்லாம் புரிய ஏராளமான வருடங்களும் தெளிவும் தேவைப்படுகின்றது.

குருவுடன் ஆன 15 வருடங்கள் வாழ்க்கையை வித்தியாசமாகப் பார்க்க அனுபவம் தந்தது. நல்லது, கெட்டது, நல்லவர், கெட்டவர் என்கிற மாயக்கோடு தாண்டி வருகிற அனுபவம் கைகூடியது குருவின் அருளால்.

எல்லா கதாபாத்திரங்களிலும் நான் இருக்கிறேன் என்பதும் என்னுள்ளும் அவர்கள் இருக்கிறார்கள் என்கிற தரிசனமும்தான் வாழ்க்கை என்கிற பங்குச் சந்தையின் ரிட்டர்ன் ஆன் இன்வெஸ்ட்மெண்ட் (ROI) போல.

ம சி ராமலிங்கம்
மும்பை

1

விக்டோரியா டெர்மினஸ் - வீ.ட்டீ வண்டி நின்றவுடன் அவிழ்த்த மூட்டையிலிருந்து ஓடும் காய் போல உதிரும் மாக்கள். 5-வது பிளாட்பாரத்தில் இறங்கிய வண்டியிலிருந்து ரமணி உதிர்ந்தான்.

வீ.ட்டீயின் காற்று அவனுக்குப் பிடித்த ஒன்று. வியர்வை கசந்து வெளியே வந்த பின் கிடைக்கும் ஆழமான காற்று. நடந்து வெளியே போகும் போதும், மீன் டப்பாவைக் கடக்கும் போதும் வரும் வாசம் மெல்ல அவனை தினமும் ஊர் வாசனைக்கு இட்டுச் செல்லும்.

ரயில் வாசனை, மனித வாசனை, மீன் வாசனை கடந்து இடப்பக்கம் திரும்பி வெளியே செல்லும்போது பொதுக் கழிப்பறையிலிருந்து வரும் வாசனை.

பம்பேயில் வேலைக்குச் சேர்ந்து ஒன்றரை வருட வேலைக்குப் பின்பு கிடைத்த முதல் நீள்விடுப்பு. விடுப்பு முடிந்த பின் வேலைக்குப் போகிற முதல் தினம். திங்கட்கிழமை. ஊருக்கு போய்விட்டு வேலைக்குச் சேர்கிற முதல் நாள்.

ஸ்டேஷனுக்கு வெளியே சுந்தர் நின்று கொண்டிருந்தான். சிரித்தான். அடங்கிய, அழுத்தமான சிரிப்பு.

“என்னடா... எப்படி இருந்தது... தமிழகச் சுற்றுலா...”

“சூப்பர்டா...” பேசியபடியே நடக்க ஆரம்பித்தார்கள். இருவரும் அந்த அலுவலகத்தில் ஒரே நாளில் வேலைக்குச் சேர்ந்தவர்கள்.

சுந்தர் எதையும் மெதுவாகப் பேசுவான். ரமணிக்கு மெதுவாக எப்படி பேசுவதென்பதே தெரியாது. ரமணியின் வேகவேகமான பேச்சை நடந்தபடியே கேட்டுக்கொண்டிருப்பது சுந்தருக்கு காலை டீக்கு முன்னால் கொறிக்கின்ற குஜராத்தி காக்கரா போல.

ரமணிக்கு தான் ஊரில் இறங்கியதிலிருந்து ஊர் திரும்பியது வரை சொல்வதற்கான வார்த்தைகள் நிரம்பிக் கிடந்தன.

ரோட்டைக் கடந்தவுடன் ஆரம்பிக்கிற டி.என்.ரோட்டின் பிளாட்பாரக் கடைகளுக்குள் புகுந்து நடக்க ஆரம்பித்தார்கள். ஒவ்வொரு முறையும் அதே தெருவில் நடந்தாலும் அலுக்காத வகையிலான தெருக்கள். எப்போதும் குளிர்ச்சியும், காற்றும், வெளிச்சமும் கலந்த அந்த பிளாட்பாரத்தின் அழகே ரமணிக்குப் பிடிக்கும்.

'துட்டு மட்டும் வெச்சிருந்தா போதும். டி.என்.ரோட்டில் கிடைக்காத சாமானே கிடையாதாக்கும்.. அப்பா, அம்மை கூட கிடப்பா கேட்டியா.. அது கிடைக்கிட்டா அப்பா, அம்மா விளையாட்டும் விளையாடலாம் கேட்டியா.." செகரட்டரி பாலக்காட்டு நாராயணன் சொல்வது சரிதான்.

பேப்பர் கடை, புத்தக கடை, எலெக்ட்ரானிக் கடை, துணிக்கடை, சிடி கடை, சாப்பாட்டுக் கடை - மனிதர்கள் நினைக்கிற, தேவைப்படுகிற, நினைக்காத பொருட்களெல்லாம் கூட கிடைக்கும் கடைகள்.. அதிலும் அந்த வாசனைக் கடைகளைக் கடக்கும் போது ரமணிக்கு கால்கள் தானாகவே மெதுவாக நடக்கும்.

ஒவ்வொரு மாதம் சம்பளம் வந்தவுடனே வாங்க எழும் ஆசையால் நின்று விலை கேட்டு கடந்து போனதுண்டு. கொஞ்ச நாளைக்கு யாரிடமும் விலைகேட்க முடியாத நிலைமை. எல்லாரும் தெரிந்தவர்கள். எல்லாரிடமும் விலை கேட்டாகிவிட்டது. ஏதாவது பழைய கடையில் புதிய ஆள் உட்கார்ந்திருந்தால் விலை கேட்கப் போவது வாடிக்கை. அப்படி போகும்போது பழைய ஆட்கள் வந்துவிட்டால் என்ன செய்வது என்கிற பயம் இருந்து கொண்டேயிருக்கும்.

விலைகேட்டு வாங்கப்போவதில்லை என்று தெரிந்தாலும், விலை கேட்கிற சாக்கில் கொஞ்சம் சாம்பிளை கையிலோ சட்டையிலோ அடித்துக் கொள்ளலாம். மூஞ்சியில் அடிக்கிற மாதிரியான வலிமையான செண்டுகள் ரமணிக்கு பிடிப்பதில்லை.

அவை ஊரில் அப்பாவைப் பார்க்க வருகிற இஸ்லாமிய நண்பர்களின் சட்டையிலிருந்து வருவதுண்டு. வலிமையாய் மூக்கை துளைக்கும். ஏற்கனவே சளி, ஜலதோசத் தொந்தரவுகளுக்கு பெயர்

போன ரமணி அந்த வலிய நறுமணங்கள் உள்ளே நுழைந்தவுடனே இரும ஆரம்பித்துவிடுவான்.

மெல்லிய, மிக மெல்லிய இம்போர்டட் செண்டுகள்தான் ரமணிக்கு பிடித்தமானவை. அவைகளின் வாசனை ரொம்பவே நளினமானவை. வலிமையாய் மூக்கிற்குள் நுழைவதில்லை. மெல்லியதாய் எம்.டியின் கதவைத் தட்டிவிட்டு நளினமாய் நுழைகின்ற ரூபி மேடம் போல அவை நுழைகின்றன. நுழைந்து அவை உடம்பிற்குள் இருக்கும் வரை அவைபோல தானும் நளினமாகி விடுவதாய் நினைப்பான் ரமணி.

சுந்தரும் ரமணியும் மணிக்கணிக்கில் இந்தத் தெருவில் நேரம் கழிப்பார்கள். ரமணிக்கு செண்டும், புத்தகங்களுமென்றால் சுந்தருக்கு பெல்டு, எலெக்ட்ரானிக் ஐயிட்டம். இருவரும் பொதுவாக மேயாத தெருக்கடை ஹோட்டல்களே டி.என்.ரோடு, போர்டு பகுதிகளில் இருக்க முடியாது. இட்லி, தோசை, சாண்ட்விச், பானிபூரி, சர்பத், வாழைப்பழம், சுட்ட கடலை, சிந்தி அப்பளம், பூரி, மிக்ஸ்பூருட், ஜுஸ் செண்டர், புலாவ் சாப், டீக்கடை, சைனீஸ் அயிட்டம், வெந்த மூட்டை மசாலா, பாப்கார்ன், கச்சோரி - உலகத்தின் அத்தனை உணவு ஐயிட்டங்களுக்கும் அந்த தெருவில் கடைகள் உண்டு.

ரொம்ப நாளைக்குப் பிறகு டி.என்.ரோடு டிசம்பர் மாதத்து இலேசான காற்று. அதை மட்டுப்படுத்த சும்மானுச்சுக்கும் அடிக்கும் வெயில். சுறுசுறுப்பான கடைகள், பிடித்த சுந்தர். ரமணிக்கு மகிழ்ச்சியாகவே இருந்தது. ஒரு பதினைந்து நாளாய் பிரிந்து மறுபடியும் அந்தக் கடைகளை பார்க்கும் போது ஏற்படும் உற்சாகம் - இது என் இடம் என்று மனதிற்குள் ஒரு குரல் கேட்டுக்கொண்டே இருக்கிறது.

தெருக்களைப் பார்த்த உற்சாகத்தில் ரமணி எதுவுமே பேசாமல் நிறையவே நடந்து வந்து விட்டான். இரண்டு தெருக்கள் தாண்டிய பின் செராஸ்டியரின் கோவில் மற்றும் பள்ளிக்கூடம்.

அந்த செராஸ்டிரியரின் கோவில் கோவில் மாதிரியே இருக்காது. பார்சீகளைத் தவிர வேறு யாரும் போகமுடியாது. அதைப்பார்க்கும் போதெல்லாம் உள்ளே எப்படியாவது

நுழைந்து சடக்கென்று பார்த்துவிட்டு வந்துவிட வேண்டும் என்று தோன்றும். வாசலில் நிற்கும் அக்னிக்கடவுளின் சிலை எப்போதும் சிரிக்காமல் சீரியஸாக நின்று கொண்டிருக்கும். எப்போதாவது அது சிரிக்குமா என்று ரமணி நிறைய தடவை அதை உற்றுப் பார்த்திருக்கிறான். இல்லை.. நோ சான்ஸ். நம்மூர் யாளி சிலைகள் இவ்வளவு மோசமில்லை.

அந்தக் கோவில் வந்தவுடன் தெருவைக் கடந்து அடுத்த முனைக்குப் போனால் 232 கடை. அதற்கு கீழேயிருக்கிற கீழ்தளத்தில் அலுவலகம். தலைமை அலுவலகம் செம்பூரில். இது அதன் நகரக்கிளை. பங்குச் சந்தைக்குப் பக்கத்தில் மார்க்கெட்டிங் ஆபிஸ். மென்பொருள் விற்பனைத் துறையும் விளம்பரத்துறையும் சேர்ந்தே இயங்கும் அலுவலகம்.

“உனக்கு விசயம் எதுவும் தெரியுமா?”

“என்ன விசயம்டா...”

ரோட்டை தாண்டுவதற்காகப் பேச்சை நிறுத்தினான்.

“சொல்லு...” அவனைப் பார்த்தேன்.

சுந்தர் நின்றான். சுற்றும் முற்றும் பார்த்தான். அவன் வாயை திறப்பதற்குள் ‘க்யா ஹாலே.. சுந்தர்ஜீ.. ஸ்பெசல் ஆபீஸ் ஸாரேஹே?” என்றபடி சத்தம் கேட்க, திரும்பிப் பார்க்க, காம்ளே விளம்பரத் துறையின் எடுபிடி ஆள் புத்தகம் கொடுக்க, பணம் வசூலிக்க, பேங்கில் போட, ஹெட் ஆபிசு போக, துறைத்தலைவருக்கு டிபன் வாங்கிக் கொடுக்க, இரவில் பாட்டில் வாங்கி வர என முழுக்க முழுக்க ஓடும் எடுபிடி ஆள். அழுக்காய் சேவ் செய்யாமல் வந்திருந்தான்.

இந்த நேரத்திற்கு இவன் ஆபிஸ் திறந்து வைத்து எல்லோருக்குமாய் காத்திருக்க வேண்டுமே - ரமணிக்கு அவனை அந்த நேரத்தில், அந்தக் கோலத்தில் பார்த்தது ஆச்சரியமாயிருந்தது...

ஹிந்தியில் “இன்னிக்குத்தான் ஊர்லர்ந்து வர்றவனுக்கு விசயம் சொல்றேன்” என்றான் சுந்தர் காம்ளேவிடம்.

“கம்பெனி லாக் அவுட்.. முடியாச்சு.. வீட்டுக்குப்போ” என்றான்.

ரமணிக்கு அதிர்ச்சியாயிருந்தது.

“ஆமாண்டா.. லாஸ்டு மண்டேயிலிருந்து கம்பெனி லாக் அவுட்..” சுந்தரின் முகத்தின் சோகக் களை.

காம்ளே கம்பெனியின் எம்.டியை, ரூபியை எழுத முடியாத வார்த்தைகளால் திட்ட ஆரம்பித்தான்.

ரமணிக்கு எதுவுமே புரியவில்லை. சிவப்பு விளக்கு முடிந்து பச்சை விளக்கு ஒளிர்ந்தது.

2

கற்பகத்திற்கு வீட்டீ ஸ்டேஷன் புதிசாகவேயில்லை. "காலைல 12-க்கு மேலே ரயில்ல அவ்வளவா கூட்டமிருக்காது. அரக்க பறக்க ஓட வேண்டாம்"

"ஏழு பிளார்ட்பார் டி.. அதெல்லாம் லோக்கல் வண்டிக்கு.. அதுக்கு பக்கத்திலே கொஞ்சமாய் கேப் விட்டு வெளியூர் வண்டி. அதுக்கு நடுல இடதுபக்கம் வெளிய வந்தேன்னா முதல் கூல்டிரிங்க்ஸ் கடை. அதுக்கு பக்கத்துல பாப்கார்ன் வெச்சிருப்பான். அதுக்கு பக்கத்துல ஒரு புத்தக கடை. அதுக்கு அடுத்து டெலிபோன் கடை, அப்புறம் ஒரு டீ கடை."

எல்லாமே அண்ணா சொன்னது போலவே இருந்தது.

வீடியில் இறங்கி இடப்பக்கம் திரும்பி அண்ணா சொன்ன கடையில் பாப்கார்ன் வாங்கிக் கொண்டாள். பாப்கார்ன் சாப்பிட்டு முடிக்கும்போதுதான் பசி பயங்கரமாய் இருந்தது தெரிந்தது. பக்கத்து கடையில் வெஜிடபிள் சமோசாவும் சூடாய் டீயும் சாப்பிட்டாள். பசி கொஞ்சம் அடங்கியவுடன் அண்ணாவின் நினைப்பு வந்து தொண்டையை ஏதோ கபக்கென்று பற்றிக்கொண்டது. மிருதங்கம் அடிப்பது போல காற்றில் அடித்துவிட்டு, தொடையிலும் அடித்துக் கொண்டாள். வலித்தாலும் பயம் கொஞ்சம் தள்ளிப் போயிற்று.

டெலிபோன் கடையிலிருந்து கார்த்தியின் நெம்பருக்கு போன் செய்தாள். கார்த்தி அண்ணாவோடு வேலை செய்தவன். அண்ணாக்கு செம்பூரில் வேலை, கார்த்தி டி.என்.ரோட்டில் வேலை.

அவரையும் கூட்டிக்கொண்டு போனால் நன்றாயிருக்கும் என்று தோன்றிற்று. போன் எடுக்கபடவேயில்லை. மறுபடியும் தொண்டை அடைத்து கால் லேசாய் நடுங்குவதாய் உணர்ந்து தலையைக் குலுக்கிக் கொண்டாள்.

மறுபடியும் அண்ணா எப்போதும் சொல்லுவது போல் 'ரொம்ப சிம்பிள். இடப்பக்கம் ஓடிச்சு நேர வெளிய வந்தேன்னா, வீ.ட்டீ

ஸ்டேசனுக்கு வெளிய வருவ.. அப்புறம் வர்ற சிக்னல்லிருந்து இடப்பக்கம் திரும்பினா ஹெட் போஸ்டாஃபீஸுக்கு. அங்க போகாம வலப்பக்கம் திரும்பி பதினஞ்சு நிமிசம் நடந்து வந்தேன்னா டி.என்.ரோடு.. ஆபீஸ்..”

நடந்து போகவேண்டாம். அதற்கான நேரம் இதுவல்ல. வெளிய வந்து டாக்ஸி எடுத்துக்கொண்டாள்.

“அவாட்ட போற இடம் சொல்லிட்டா போதும்.. இதுகொடு, அதுகொடுன்னு பேச்சே வேண்டாம். இப்படித்தான் மீட்டர் இருக்கும். அது கீழ விழுந்திருத்துன்னா.. அவன் கஸ்டமருக்கு வெயிட் பண்றான்னு அர்த்தம். பேசாம ஏறி உக்காந்துண்டு இடம் சொன்னா போதும்.. இறங்கும் போது.. விழுந்த மீட்டருக்கு பைசா கொடுக்கணும்.. ஒரு சஞ்சட்டும் கிடையாது..”

“சஞ்சட்டும்னா என்னடா..”

“ஏண்டி, நீ மத்தியமா பாஸ் பண்ணிருக்கேல்ல.. இந்த இழவு கூட தெரியல.. கம்மனாட்டி... எந்த பிரச்சனையும் கிடையாது..”

ஏறி உட்கார்ந்து இடம் சொன்னாள். “கொலாபா போலிஸ் ஸ்டேசன்..”.

வண்டி கிளம்பியது. அடங்கிய பசி. டிசம்பர் காற்று. முகத்திலடிக்க மறுபடியும் அண்ணா ஞாபகம் வந்தது.

‘எவன்ப்பா இரண்டு மாசம் படிக்கிறத.. ஆறு மாசம் உக்காந்து படிப்பான்.. அதுதான் காலேஜுக்கு போகலை.. மார்க் வர்றதே.. அப்புறம் என்ன பேச்சு.. மேலயும், கீழயும்.. மூடிண்டு இருக்க வேண்டியது தான.. “

அப்பா நண்பர் பிரின்சிபல் மாமா அப்பாவிடம் புலம்ப, அப்பா ருத்ர தாண்டவமாடி முடித்த பின்பு சொன்னான். யுனிவர்சிட்டில மூன்றாவது ரேங்க். ஆறு குற்றசாட்டுகள் கல்லூரி நிர்வாகம் அவன் மீது வைத்திருந்தது. எதுவும் அண்ணாவை அசைக்கவில்லை.

அண்ணா எல்லாவற்றிலும் அதீதம். ‘அது தாமரைடீ. சேத்துல வந்து விழுந்திருச்சு...” விஜயா மாமி சொல்லுவாள். ஊரே வதந்தி பேசினாலும் அண்ணாவை அவள் விட்டுக்கொடுக்கவே இல்லை.

மாமி சேறா? அண்ணாவின் முகத்தில் சூட்டால் வெடிப்பு வராமல் பார்த்துக் கொண்டவள் மாமி.

போலிஸ் ஸ்டேசன் வந்தது. ரொம்ப நேரம் உட்கார்ந்திருக்க வேண்டியிருந்தது. மராத்திய பூமி. தான் ஆங்கிலத்தில் பேசியது அந்நியமாய் இருந்தாலும் மதிப்பு கிடைத்தது. இன்ஸ்பெக்டர் யாரோ ஒரு கான்ஸ்டபிளை அனுப்ப, அவர்கள் வண்டியிலேயே பயணப்பட்டு கொலாபாவில் அண்ணா தங்கியிருக்கும் அபார்ட்மெண்டை அடைந்தாள்.

போலிஸ்காரர் சொசைட்டிக்கு ஏற்கனவே போன் செய்திருந்தார். சொசைட்டி மேனேஜர் கூடவே வந்திருந்தார். படியிலேயே ஏற வேண்டியிருந்தது. மூன்றாவது மாடியில் 304 வீட்டை அடைய கற்பகத்திற்கு வயிறு இறுகி, மூத்திரம் வருவது போலயிருந்தது.

போலிஸ்காரர் ரொம்ப இலகுவாய் பூட்டை உடைத்தார். கதவைத் திறக்க, வாடை கப்பென்று மேலெழும்பி வந்தது. கைக்குட்டையால் பொத்தி வாந்தியை உள்ளே அனுப்பினாள். சொசைட்டி மேனேஜர் வாய் பொத்திக்கொண்டு ஓடிப்போய் கீழிறங்கினார்.

போலிஸ்காரருக்கு இதெல்லாம் பழக்கமாயிருக்கலாம். மெல்ல உள்ளே நுழைந்தார். சின்ன ஹால். இறைந்து கிடந்த புத்தகம். பேப்பர்கள். நிறைய நாளுக்கான தூசுகள். துண்டு.

பக்கத்தில் திறந்து கிடந்த படுக்கை அறையில் போலிஸ் நுழைய கற்பகமும் நுழைந்து பார்க்க, அண்ணா விறைத்துக் கிடைந்தான். அவன் நெஞ்சுக்கு மேலெ 'விண்டோஸ் ஓலே 3.1' என்ற பெரிய புத்தகம் விரிந்து கிடந்தது.

3

"**கை** வச்சுக்கோ கார்த்திக்" சித்ரா அவன் கையை மார்பில் வைத்துக்கொண்டாள். பாதுகாப்பாய் சந்தோசமாய் இருந்தது. கார்த்திக்கை முதல் நாள் பார்த்ததிலிருந்து அப்படித்தான். ஊரிலிருந்து வந்தவர்கள் பேசும் ஹிந்தி. அப்பா வீட்டில் பேசுகிற அதே ஹிந்தி. எத்தனை முறை பேசினாலும் திருத்த முடியாத, திருத்த விரும்பாத ஹிந்தி. மதராசி என்று எழுதி ஒட்டி வெளிவரும் தந்தி. (தமிழ்+ஹிந்தி = தந்தி)

அப்பா மாதிரியே கருப்பு. மூக்கு நீளம். கொஞ்சம் பல் துருத்தல். அதுவும் சிரித்தால் மட்டுமே தெரியும் துருத்தல். ரொம்ப பவ்யமாய் வாரிப் படிந்திருக்கும் முடி. பெரும்பாலும் நெத்தியை ஆக்ரமிக்கும் விபூதியோ, குங்குமமோ.

எத்தனையோ தடவை சொல்லிச் சொல்லி பெரிய மீட்டிங்கிற்கு போகும்போதெல்லாம் இப்போது விபூதி, குங்குமம் அணிவதில்லை. இன்றைக்கும் சின்னதாய் குங்குமம் நெற்றிக்கு நடுவில் சீர் கோடாய். அவன் வாழ்க்கை போல. சலனப்படாது நடக்கிற குங்குமக் கோடு.

சடக்கென்று அதை வாயில் வைத்து முத்தத்தால் அழித்தாள். சீரான தலையை கையால் கலைத்து அதற்கும் விரல் விடுத்து நீவிக்கொண்டாள். ஆணுக்கு தலை கோதல். வேகமாய் அவன் தலையை மார்பிற்குள் பொருத்திக் கொண்டாள். அதற்குள் கொக்கி முனையை விடுவித்திருந்தான்.

அவனது சந்தோசம் அவளுக்கு மேலும் சந்தோசமளித்தது. அவன் கைகளை தனதின் மீது மேலும் இறுக்கிக் கொண்டாள். மார்பு திளைத்து நிமிர்ந்ததில் மகிழ்ந்தாள். முன்பெல்லாம் பயந்துகொண்டே கார் பயணத்தில் சடக், திடுக்கெனத் தொடல்கள், பயத்தோடு விடுவித்தல்கள்.

உடம்பெல்லாம் அவன் கைகளைக் கொண்டு பிசைந்துவிட மாட்டானா என்று தோன்றியது. அவன் கைகளைக் கொண்டு இடுப்பை இறுக்கச் செய்தாள். ஓரிரு முறைக்குப் பிறகு அவளுக்கு இது பிடிக்கிறது என்று தெரிந்து அவனும் செய்யத் தொடங்கினான்.

முதல் தடவை என்பதால் கார்த்திக் ரொம்பவே பயப்படுகிறனோ? தனக்கும் இது முழுமைக்குமான முதல் தடவை என்றாலும் அவனளவுக்கு பயமில்லை என்று தோன்றிற்று. ஒரு பயந்த குழந்தைக்கும் சேர்த்து பொறுப்பெடுக்கும் தாய் போல உணர்ந்தாள். உடம்பில் காம நரம்புகள் மௌனமாகி வெறுமனே பார்த்துக் கொண்டிருந்தாள்.

முகம், மார்பு, இடுப்பு, முதுகு எனச் சீராக இயங்கிக் கொண்டிருந்தான் கார்த்திக்.

மெல்லிய ஏசி ஒலி கேட்டுக்கொண்டேயிருந்தது. ஏழாவது தளம். இருநூறு பேர் உட்கார்ந்து வேலை செய்யும் தனது அலுவலகத்தின் தளம். உள்ளே வரவே பயந்து வரும் தனது எம்.டியின் அறை. தன்னை எப்போதும் பிரமிக்க வைக்கும் கருப்பு சோபா. எத்தனை அழுத்தி அழுத்தி உட்கார்ந்தாலும் மெல்லியதாய் வலிக்காமல் திருப்பி எழுப்பும். தனது மூலுண்டு வீட்டு சோபா தாத்தா போல 'கடக்காய்' (திண்ணென்று) நிற்கும்.

தன்னை விட கார்த்திக்கிற்கு இந்த அறை அதிக பயமூட்டியிருக்கும். "ஐயோ.. செம்பூர் ஹெட் ஆபீஸ்.. உங்க ப்ளோருக்கு வந்தாலே வயத்தால் வந்துரும். அதுவும் சார் ரூமுக்கு புகுந்து கருப்பு ஸோபால உக்காந்தா.. அவ்வளவுதான்.. குண்டி கிழிஞ்சுரும்..."

கார்த்திக் பச்சையாய் சொல்கிற குழந்தை தமிழ் முதலில் அசிங்கமாய் இருந்தது. மெல்ல மெல்ல அவனைப் பிடித்துப் போகப்போக அதைக் கேட்பதே ஒரு கிக்காயிருந்தது.

ஓரிரு நாட்களில் இந்தப் பிடித்தம் ஏற்படவில்லை. இரண்டரை வருடங்களுக்கு மேலான பழக்கம். மென்பொருளை வாடிக்கையாளருக்குக் காட்டி அதை விற்பனை செய்யும் பிரிவின் தலைவன் கார்த்திக்.

அதன்சார் மூளையில் உதயமானதிலிருந்த, அதை வடிவமைத்து, சிவராமனிடம் சொல்லி எழுதச் சொல்லி, அதைப் பொருளாக்கி, விற்பனைக் குழுக்காரர்களுக்குப் பயிற்சி கொடுத்து, அவர்கள் போகும் பெரிய இடங்களுக்குப் போய், வாடிக்கையாளர்களின் தேவையைச் சேர்த்து, இந்த மென்பொருளோடு வளர்ந்த உறவின் வயசு கார்த்திக்கும்.

ஆரம்பத்தில் தங்கிலீஷ் பேசிக்கொண்டு, மென்பொருளின் கடினம் புரியாது அடித்தொண்டையில் கத்தும் அவனைக் கண்டால் பிடிக்கவே பிடிக்காது. அவனுக்குத் தமிழில் சொல்லிக் கொடு என்பதற்காக சார் அவளை அந்தக் குழுவோடு இணைத்திருந்தார்.

அவனை எத்தனை விரட்டினாலும், திருப்பிப் போய் நிற்கும் தன்மை. எத்தனை மணியாலும் அலுக்காமல் சேவைக்குப் போகும் வலிமை, கடிகாரம் பார்க்காமல் வேலையே சிந்தனையாய் ஓடும் வாழ்க்கை, நண்பர்களின்றி, வேறு கேளிக்கையின்றி அலுவலகம் சார்ந்த நண்பர்கள் சூழ்ந்த வாழ்க்கை. ஞாயிற்றுக் கிழமை மட்டுமே துணி துவைக்க, கொஞ்சம் தூங்க என்ற வாழ்க்கை. எல்லாவற்றிற்கும் மேலாக அனந்தராமன் சாரின் எந்த வார்த்தையையும் வேதமாக ஏற்று எந்தக் கடலையும் தாண்ட தயாராகி நிற்கும் கார்த்திக்.

முதல் சில மாதங்களில் ஒவ்வாமை இருக்கத்தான் செய்தது. அவனிடமிருந்து தள்ளியே நின்றாள். அவள் வளர்ந்த மும்பை வளர்ப்பும் சூழலும் அவனிடமிருந்து மிக அந்நியமாக்கின. வேலையை மட்டும் பேசிவிட்டு சடக்கென்று அறுத்துக்கொள்வாள். அவன் ஆங்கிலத்தை வீட்டில் கேலி பேசாத நாளில்லை.

“நீங்கள்லாம் சிரிங்கோடி நாய்களா.. புதுசா அங்கிருந்து வந்துட்டு என்ன கஷ்டம்னு உங்களுக்கென்னடி புரியப் போறது.. சிரி.. உங்க சிரிப்பு மேலே ஏறி நின்னு அவன் கம்பெனில எவ்வளவு உசரத்துக்கு போகப்போறான்னு பார்..” அப்பா திட்டுவார். புலம் பெயர்ந்தவனின் வலிகள் உணர்ந்தவர்.

அமைதியாய் கார்த்தி அதைத்தான் பண்ணிக் கொண்டிருந்தான். தடங்கலில்லாமல் ஒரு ரோடு போட்டுக் கொடுத்தால் அதில் அலுக்காமல் தண்ணீர் ஊற்றிச் செடிவளர்த்துக் கொண்டேயிருப்பான். எதிலும் சிதறாது காரியத்திலே பயணப்பட்டுக் கொண்டிருப்பான்.

கார்த்தி இப்போதும் ரொம்ப ஆக்ரோஷமாய் மார்பு, அதன் கீழே வயிறு, முகம், என ஊர்ந்து முத்தமிட்டுக் கொண்டேயிருந்தான். இடுப்பிலிருந்து கீழே நகருவானா என்று

எதிர்பார்ப்போடு மேலும் அணைத்துக் கொண்டாள்.. ம்ஹூம்.. அவன் என்றுமே தானாய் அடுத்த கட்டத்திற்குப் போனதில்லை. அவன் உடம்பில் காமம் எரிந்து கொண்டிருந்தாலும் பயம் ஒவ்வொரு அசைவிலும் ஒட்டிக் கிடந்தது.

அவனது பயமெல்லாம் அவளுக்கு தெரியும்.

இரண்டாவது வருடப் பழக்கத்தில் கொஞ்ச நெருக்கத்திற்குப் பிறகு, ஊருக்குப் போய்வந்து சேலை வாங்கி வந்திருந்தான். அதை நேராகக் கொடுக்க முடியாமல் அவன் பட்ட அவஸ்தை அவளுக்குள் ஒரு மகோன்னதமான ப்ரேமையை கொடுத்தது. தனக்காக ஒரு அந்நிய ஆடவனிடம் வாங்கிக் கொண்ட கிப்ட் அது.

“நல்லாயிருக்கு.. எடுத்துக்கிறேன்.. கார்த்திக்.. நாளைக்கு பணம் கொடுத்திடறேன்” சித்ரா சொன்னதும் முகம் சுண்டிப் போனான்.

“ஜஸ்ட் நானூறு ரூபா.”. என்றான். இது உனக்கு கிப்டுன்னு வாய்விட்டுச் சொல்லும் தைரியம் வரவில்லை.

அவள் ஒரு வாரம் கழித்து வந்த சனிக்கிழமை கட்டிக்கொண்டாள். கறுப்பு சாரி. சின்னதாய் சரிகை போட்ட பார்டர். அதிக மேக்கப்பே இல்லாமல் கருப்பு பொட்டும் ஓரிரு வளையலும் அணிந்து கொண்டாள். அரைக்கை ப்ளவுஸ். அன்று நரிமன் பாயிண்டில் ஒரு பெரிய நிறுவனத்தின் வாடிக்கையாளர் டெமோ.

பிரமாதமாய் அமைந்துவிட்ட பின் அதற்கு பக்கத்திலிருந்த மெரின் ட்ரைவிற்கு காரில் பயணித்தாள். கார்த்திக் ரொம்ப மகிழ்ச்சியாய் இருந்தான். அது கிடைத்துவிட்டால் போட்டியாளரை வெல்வது மட்டுமல்ல, ஓரிரு வருடங்களுக்கு மூச்சுமுட்ட ஓடிச்சேர்க்கும் பணம் லட்டாய் வந்துவிடும். இந்தப் பெயரைச் சொல்லி நிறைய பேரை இணைக்கலாம். பேசிக்கொண்டே வந்தான்.

காற்று வீசும் மெரைன் ட்ரைவ். தூரத்தில் சின்னதாய் அலைச் சத்தம். ஓடுகிற வண்டியை ஓரமாய் நிறுத்தச் சொல்லி கார்த்திக்கை இறங்கச் சொன்னாள்.

“யே.. கார்த்திக்.. உன்னோட ட்ரெஸ்..”

அப்போதுதான் கார்த்திக் அவளை முழுசாய் பார்த்தான். பல் மெலிதாய் துருத்தச் சிரித்தான். ஒட்டிய கன்னத்திலிருந்து மகிழ்ச்சி வழிந்தது. பின்சீட்டில் கார் டிரைவருக்குப் பின்னாடி உட்கார்ந்திருந்தவனை அவள் உட்கார்ந்திருந்தபடியே கீழிறங்கச் சொன்னாள். அவள் மீது தேய்த்துதான் அவன் கீழிறங்க வேண்டும்.

தயங்கினவனை, “சீக்கிரம் கீழ வா.. ஏதாவது ட்ரீட் கொடு.. பெரிய ஆர்டர் வருதில்ல..”

அவளைத் தேய்த்துக் கொண்டு இறங்கியவனை தன் உடம்போடு இன்னும் நெருக்கிச் சொன்னாள்.

“கார்த்திகின் இந்தப் புடவை ரொம்ப நன்னாருக்கு.. ஐ லைக் இட் வெரி மச். நான் பணம் கொடுக்க மாட்டேன்..”

கார்த்திக் கண் சுற்றியறு.. அவன் சுழலும் விழிகளைப் பார்த்தபடி சடக்கென்று முத்தம் கொடுத்தாள். அவளாய் முன்வந்து கொடுத்த முத்தமது.

“ஹூம். சீக்கிரம் இறங்கு..” அன்று மெரின் ட்ரைவின் ஒரு முனையிலிருந்து சோபாட்டி கரைக்கு நடந்தே போனார்கள்.

அவள்தான் அவன் கையையும் பிடித்துக் கொண்டாள். முதல் முத்தம், முதல் கை இறுக்கம் எல்லாம் அவள் ஆரம்பித்ததுதான். அதற்குப் பின் போட்ட ரோட்டில் சீராய் பயணம் செய்வான் பயமின்றி. செடிக்கு தண்ணீர் ஊற்றுவது போல முத்தமும் கைப்பிடித்தலையும் அவனே செய்வான்.

“ஏண்டா இப்படி பயப்படுற.. நீயா.. எதுனா..” என்ற ஒரு கேள்விக்கு அவன் சொன்ன நீள்பதிலில், அவனின் பயத்தின் அகலமும் ஆழமும் தெரிந்தது.

இன்றும் தனது தலைமுதல் இடுப்பு வரை அவன் ஆக்ரமித்துக் கொண்டிருந்தான். தனக்காவது வேறு சிந்தனையோடு மகிழ்ச்சியும் இருக்கிறது. அவனுக்கு வேறு சிந்தனை கண்டிப்பாய் இருக்காது.

அவனை நிறுத்தி, சோபாவிற்கு பக்கத்திலிருந்த தனது கைப்பையிலிருந்து ஆணுறை எடுத்துக் கொடுத்தாள். தனது குர்தாவை தளர்த்திக்கொண்டாள்.

“என்ன நீ.. ஜானகி மாதிரி.. இதெல்லாம் உம் பைக்குள்ள எப்ப வந்தது..”

“அவ பாக்கெட்டிலிருந்து தான் எடுத்தேன். மூணு வாரமா நம்ம கம்பெனி லாக் அவுட்.. நாம மட்டுந்தான தனியாயிருக்கோம்.. எப்பாவது தேவையானான்னு.. எடுத்து வைச்சேன்..” அதற்கு மேல் பேசமுடியவில்லை. கண்களை இறுக மூடிக்கொண்டாள். அவனும் தடுமாறியது தெரிந்தது. எப்போதும் போல் அவளே உதவினாள். சோபா சின்னதாயிருந்தது. தனது முகத்தில் புதைந்த அவனை இறுக அணைத்துக் கொண்டு அவனது முகத்தைப் பார்க்கமலே கண்ணை மூடியே கிடந்தாள். ஒருசில நிமிடங்களில் அவன் பாத்ரூம் சென்று தன்னைச் சுத்தப்படுத்திக்கொள்வது தெரிந்தது. சித்ரா கண்ணை மூடிக் கொண்டேயிருந்தாள். பாத்ரூம் போய் வந்தவன் மிருதுவாய் தானே வந்து முத்தம் கொடுத்தான். அவனுக்கு ஆண்மை வந்தது போல தெரிந்தது. அவனை இறுக்கிக்கொள்ள மெல்ல அழுகை வந்தது.

“ஹோய்.. ஸாரிம்மா..” என்றான் கார்த்திக்.

“சீ.. போடா.. தேங்க்ஸ்..” என்றாள் கட்டிக்கொண்டே.

இறுக்கமாகக் கட்டியபடியே தரையில் இருவரும் படுத்துக் கிடந்தார்கள். சில நிமிடங்களுக்குப் பிறகு இன்னும் மூடிய கண்களோடு கிடந்த சித்ரா கண்ணைத் திறந்து சொன்னாள்.

“கார்த்திக், இந்த லாக் அவுட் முடியறதுக்குள்ள நான் கல்யாணம் ஆகி போயிடுவேன் தோணறது.. யூ எஸ் பையன் ஏற்கனவே நிச்சயமாயிட்டா.. ஐ லைக் யூ சோ மச்...”

முத்தமாய் கொடுத்தாள். பேசிக் கொண்டேயிருந்தார்கள். கொஞ்சநேரம் கழித்து, பையைத் திறந்து இன்னொரு ஆணுறையைத் திணித்தாள். கண்ணை மூடிக்கொண்டாள்.

“அவசரப்படாத.. கார்த்திக். ஐ அம் ஆல்வேஸ் ஃபார் யூ..”

கார்த்திக் முகத்திலிருந்து மெதுவாய் ஆரம்பித்தான், பழைய பதட்டமின்றி.

அவனுக்குள் ஒரு கேள்வி எழுந்தது, “இவ போயிட்டா ப்ராடெக்டோட அப்டேட் எல்லாம் யார் பாத்துப்பா..”

4

அனந்தராமன் எந்த உணர்வும் இல்லாமலிருந்தார். ரானே அவர் முன்பு உட்கார்ந்திருந்தார்.

ரானே அந்த மாநிலக் கட்சியின் இரண்டாவது இடத்திலிருக்கிற ஆள். அந்தக் கட்சி மாநில உணர்வுகளை ஊதி ஊதி வெளி மாநிலத்தவர்களை பலிகடாவாக்கி வளர்ந்து வரும் கட்சி. மாநில அரசியலிருந்து தேசிய அரசியலுக்கும் வளரவேண்டிய கட்டாயம் கட்சிக்கு. பிராந்திய வாதத்தை விடுத்து இனவாதத்தை கையில் எடுத்தது. அதற்கு பெரிய சந்தை உண்டல்லவா?

ரானேவுக்கு பெரும் தலைவருக்கு அடுத்த இடம். கோவன் பகுதியிலிருந்து வந்தவர். கட்சி பண பலம் சேர்ப்பதன் மூலமே வளர்ந்து கொண்டிருப்பவர். உலகமயாக்கல், தாராளமயமாக்கல், தனியார் மயமாக்கல் என்று ஒவ்வொரு அரசாங்கத்தின் மாற்றத்திலும் கட்சியை நோக்கிப் பணம் பாயக் காரணமானவர்.

பெரிய பணப் பாய்ச்சல் கட்சிக்கும் சின்னச் சின்னக் கட்டப் பஞ்சாயத்துக்கள். அவருக்கும் போய்ச்சேர வேண்டும் என்பதான ஒரு சமன்பாடு.

அனந்தராமன் நிறுவனம் ஒரு சின்ன மீன். ரானேவுக்குப் போய்ச்சேர வேண்டிய சின்ன மீன். ரானே மராட்டியிலே பேச ஆரம்பித்தார்.

அவன் உள்ளே நுழைந்த போது ஏதோ வருகிற தேர்தலுக்கு வரி வசூலிப்பு என்று நினைத்திருந்தார். துப்பாக்கி ஆளோடு வந்திருந்ததும், அவன் பேசிய தோரணையும், விஷயமும் அவரை ஊமையாக்கின. அனந்தராமனுக்கு அது புரியுமென்றாலும் பதில் இந்தியில்தான் கொடுத்துக் கொண்டிருந்தார்.

ரானே தனது உச்ச ஸ்தாயியில் சொன்னதன் சுருக்கம் இதுதான்: இது எங்கள் மண், உள்ளூர் விதிகளின்படி நீ இத்தனை மராத்தியர்களை வைத்திருக்க வேண்டும். உனது வேலைப் பட்டியலில் எல்லாரும் மதராசிகள். என்னவாகும் தெரியுமா? எத்தனை வருடம் இப்படி நடந்திருக்கிறது, இதற்கு எத்தனை

ஃபைன் தெரியுமா, இப்படி நடந்த சட்லக் பெயிண்டு கம்பெனி எப்படி சின்னாபின்னமாக்கப்பட்டது என்று தெரியும்தானே? அந்த மார்வாடிக்கு எப்படி பாடம் கற்பிக்கப்பட்டது என்று தெரியும்தானே?.

அடுக்கிக்கொண்டே போனான். அவன் கையில் தனது கம்பெனியின் மாதாந்திரச் சம்பளப் பட்டியல். முழுநேர வேலையாட்கள், பகுதிநேர வேலையாட்கள், தனது தனி முதலீடுகள் என்கிற எல்லா நிறுவனச் சமாளிப்புகளையும் தெரிந்துகொண்டு வந்து பேசுகிறான். ஒருவருக்கு செக்கில் எவ்வளவு சம்பளம், கருப்பில் எவ்வளவு சம்பளம் என்கிற பேப்பரும் வைத்திருக்கிறான். புதிதாய் ஹைதரபாத்தில் வாங்கிய அலுவலகத்தின் பேப்பர், ராஜ்கோட்டில் இன்னொரு பெயரில் நடக்கிற நிறுவனம் - தனது கம்பெனியின் ஜாதகமே அவன் கையில் இருக்கிறது.

இவ்வளவு சம்பாதிக்கிறாய், இவ்வளவு கருப்பில் வைத்திருக்கிறாய்.. மராட்டிக்காரர்களை என்ன வேலைக்கு வைத்திருக்கிறாய், எத்தனை சதவீதம் குறைவாய் வைத்திருக்கிறாய்.. பிட்டுப்பிட்டு வைத்தான். பேசிக்கொண்டே கோபத்தில் கைத்துப்பாக்கியால் மேல் நோக்கி சுட்டான். இத்தாலி சாண்டிலியர் விழுந்து நொறுங்கியது.

போன மாதம் நரிமன் பாயிண்டில் ஒரு கட்டிட நிறுவனத் தலைவரையும் இசை வெளியிடும் நிறுவனத் தலைவருக்கும் நிகழ்ந்த கதை பரபரப்பாயிருந்த நேரம். இருவரையும் காசுக்கு மிரட்டி, மராட்டியர்களுக்கு எதிரி என்று காட்டி, மடியாத்தால் கோபத்தில் நடுரோட்டில், பட்டப் பகலில் சுட்டுக் கொல்லப்பட்டார்கள். இரண்டிலுமே ரானேவின் கை உண்டு என்று பேச்சு. அந்த நிகழ்விலிருந்து ரானேக்கு கட்சியில் பதவி உயர்வு. பெரும் தலைவருக்கு வலக்கையாகவும், கட்சியின் பசையை அதிகரிக்க என்ன செய்தாலும் காபந்து செய்துவிடும் நிலைமையும் உருவாகியது.

ரானேவை துப்பாக்கி கொண்டு வந்திருந்த போலிஸ்காரர்களும் வெளியே நின்று கொண்டிருந்த கட்சிக்காரர்களும் தடுத்தனர். அனந்தராமனுக்கு அது ஒரு நாடகம் போலத் தோன்றியது. மலிவான மிரட்டல்.

ரானே கத்திவிட்டு வெளியேறினான். கூட வந்திருந்த அடிபொடிகள் அவரை இழுத்துக்கொண்டு போயின.

முதல் மிரட்டல். போலிசுக்குப் போவது தெரிந்தால் இரண்டாவது மிரட்டலோ, கொலையோ நடக்கலாம். அனந்தராமன் இடிந்து விழுந்த இத்தாலியன் விளக்கைப் பார்த்தவாறு உட்கார்ந்திருந்தார்.

ரானே போனபின் வேகமாக ரூபி உள்ளே நுழைந்தாள். நிலமை புரிந்தது. யாரையும் சார் கேபினுக்குள் விடவேண்டாம் என்று வாசலில் சொல்லிவிட்டு கதவை தாழ்போட்டுக் கொண்டு உள்ளே போனாள்.

அனந்தராமனை மெல்ல இறுக்க, அவர் உடல் வேகமாய் நடுங்க ஆரம்பித்திருந்தது.

5

ரமணிக்கு மூச்சு முட்டியது. பாதி ரோட்டில் நின்றபடி பிரக்ஞை நழுவிய நிலை. விழுந்த சிக்னலிருந்து ஏற்கனவே வண்டிகள் நகர ஆரம்பித்து விட்டன. காலுக்கருகில் பிரேக் போட்டு நின்ற கருப்பு, மஞ்சள் வாடகை வண்டிக்காரன் தலைநீட்டித் திட்ட ஆரம்பித்தான்.

சுந்தரும் காம்ளேயும் அவனை வேகவேகமாக மறுபக்கத்திற்கு இழுத்துப்போய் தள்ளுவதற்குள் ஏராளமான கார் சத்தம், திட்டல்கள். அடுத்த இரு நிமிடங்கள் யாருமே பேசாமல் வேகவேகமாய் நடந்து அலுவலகம் அடைந்தார்கள்.

பூட்டு தொங்கிற்று.

தரைக்கு கீழே படியிறங்கிப் போகவேண்டிய அலுவலகம் அது. ஒவ்வொரு நாளும் அந்த அலுவலகத்தில் நுழைந்து ஃபேனுக்கடியில் உட்கார்ந்தவுடன் ரமணிக்கு கிடைக்கிற ஆசுவாசம் அலாதியானது. வேகமாய் முகத்தில் அடிக்கிற ஃபேனின் காற்று.

காலையில் ஏழு மணிக்கு டோம்பிவிலியிலிருந்து பாஸ்ட் பிடித்து, அடித்துச் சண்டையிட்டு கதவின் நுனியில் நின்றபடியே வந்து, ஒரு சில ஸ்டேசன்களில் உள்ளே நுழையும் நபர்களால் தள்ளப்படாமலே சமாளித்து, வீடியில் இறங்கி, வேகவேகமாய் நடந்து அலுவலகத்தில் நுழைந்து, ஃபேனுக்கு அடியில் உட்காரும் போது வரும் சுகம் அலாதியானது.

ஒரு இரண்டு நிமிட ஆசுவாசத்திற்குப் பிறகு கழிவறை. வீட்டுக் கழிவறை போல கால் மண்டியிட்டு உட்கார்ந்துபோக வேண்டாம். கை அழுக்காகாமல் அலம்பிக் கொள்ள, மணம் வீசும் கழிப்பறை. ரூபி மேடத்திற்கு எல்லா அலுவலகமும் அப்படியிருந்தாக வேண்டும். கழிப்பறையில் ஒரு பத்து நிமிடம்.

வெளியே வந்தால் பெங்காலி நின்றிருப்பான். 'காய் சாப்'லெக்கெயாவும் (கொண்டு வரவாஞ்) தலையசைத்தலுக்குப் பிறகு சூடாய் டோஸ்ட் செய்யப்பட்ட சாண்ட்விச். நுனி மெல்லிய சிவப்பான நிறத்தோடும் எட்டாய் கீறப்பட்ட சாண்ட்விச்.

அழுக்கற்ற எவர்சில்வர் தட்டில் சின்னதான ப்ளாஸ்டிக் கவர் மீது மலர்ந்து கிடக்கும் சாண்ட்விச்சின் ஒவ்வொரு ஸ்லைசையும் பிய்த்து உள்ளே தள்ளத் தள்ள பன்னுக்கு கீழேயிருந்த சாலட்கள், பீட்ரூட், உருளைக்கிழங்கு, கீழ்பாகத்தில் தடவப்பட்ட சட்னி, மேலே மெல்லியதாய் படர்ந்த சீஸ் எல்லாம் கலந்து வாய்க்குள் இருந்து வழுக்கி உள்ளே போகும் அந்த ஐந்து நிமிடமும் ரமணிக்கு தியானம்.

அப்போதோ அல்லது அதற்கு பின்போ சுந்தர் வந்துவிடுவான். பின் பேச்சு. நேற்றைய கஸ்டமர் நடவடிக்கை, மேலாளர்களின் சுத்தல், ரூபி மேடம் பற்றி பேச்சு, ஜானகி எப்போதும் ஆணுறையோடு சுற்றுவதைப் பற்றி, முந்தைய நாளைய கிரிக்கெட் பற்றி, புதுசாய் வந்த டெக்னாலஜி பற்றி, எதனைப் பற்றியாவது ஏதாவது பேச்சிருக்கும். அந்தப் பேச்சில் மெல்ல மெல்ல குழு வந்து சேர்ந்துகொண்டு பேசிக்கொண்டிருக்கும் போதே பெங்காலி எல்லோருக்கும் டீ கொண்டு வந்துவிடுவான்.

அந்தக் காலைப் பேச்சு எதைப்பற்றி எப்படி அமையும் என்று சொல்ல முடியாது. ஆனால் நின்றுக் கொண்டே பயணித்து வந்த ஒன்றரை மணிநேரக் களைப்பையும் போக்கி நிமிரச் செய்துவிடும்.

அது இல்லாத கடந்த பதினைந்து தினங்களில்தான் அதன் அருமை புரிந்தது.

ரமணி வெளியே தொங்கிய பூட்டையே பார்த்துக் கொண்டிருந்தான். வேர்த்து வழிந்தது. இந்நேரம் பேனுக்கடியில் சாண்ட்விச் சாப்பிட்டுக் கொண்டிருக்க வேண்டும்.

காம்ளே அனந்தராமனின் வாரிசையே திட்டிக் கொண்டிருந்தான். அவரது சகோதரியின் உறுப்பு, தாயின் உறுப்பு என்ற வரிசைக்கிரமமாகப் போய்க்கொண்டேயிருந்தது. நம்மை வயிற்றில் அடித்த அவன் நாசமாக போய்விட வேண்டுமென்றும், பின்பு ஆண்மையற்று போய்விட வேண்டும் என்று திட்டினான். திட்டிய பின் முகத்தில் வெறுப்பும், அயர்ச்சியும், பயமும் கலந்து ஒரு சின்ன சிவப்பு கோட்டிங் கொடுத்திருந்தது.

"என்னடா ஆச்சு." ரொம்ப நேரத்திற்கு பிறகு ரமணி மெதுவாய் கேட்டான். வயிறு வேறு பசித்தது.

ஹிந்தியில் "வீட்டுக்கு போறோம்" என்றபடி அங்கிருந்து கிளம்பி வீடி நோக்கி நடக்க ஆரம்பித்தார்கள்.

காம்ளே அங்கிருந்து எதிர்திசையில் கிளம்பி நடந்தான்.

"நீ கிளம்பி போன வாரத்தோட சனிக்கிழமை எல்லோரையும் செம்பூர் (ஹெட் ஆபிஸ்) கூப்பிட்டார்டா.. சரி ஏதோ புது புராடக்டு, சேல்ஸுன்னு சொல்லப் போறாங்கன்னு நாங்க எல்லோரும் கிளம்பினோம்... அங்க போனா.. போட்டாரு பாரு பாமை.." பேச்சை நிறுத்தி ரோடு கடந்தோம். செண்ட்காரன் கடை வந்தது. எப்போதும் ரமணிக்கு அந்தப் பகுதி நடை மெதுவாய், அமைதியாய் அனுபவித்தபடியிருக்கும். இந்த தடவை அவையெல்லாம் கிளர்ச்சியை கொடுக்காது வெறுமனே கடந்துபோகும் வாசனை.

"பொலிட்டிசியன் ரானே இருக்கான்லடா.. யாரா.. விஷ்ணு சேனாக்காரண்டா.. சாரோட கேபின்ல புகுந்து பைசா கேட்டிருக்கான்.. உள்ளேயிருந்தெ யாரா மராட்டி பசங்க அவங்க கட்சிக்கு வத்தி வைச்சிருங்காங்க.. நம்ம ஆபிசிலதான் அபீசியல் பாசை தமிழ்னு காண்டு வேற.. இதுதான் சாக்குன்னு பைசா கறக்கறதுக்கு வந்துட்டான்... நம்மாளாவது கொடுக்கிறதாவது.. கம்பெனின்னு இருந்தாத்தானடா இத்தன பெர்சண்டு எங்க ஆளுக்கு வேணும்னு கத்துவேன்.. மவனே.. மொத்தமா சாத்தறேண்டான்னு.. ஒரு லாக் அவுட்டை இரண்டு நாள்ள போட்டுட்டாரு.. தீபாவளி லீவு நாலு நாள் முடிஞ்சு வந்தா.. கதவுல பூட்டு. இந்த கம்மானாட்டி பசங்களை குண்டி அடிக்கணும்னு சொல்லியே கதவை அடைச்சிட்டார்."

இத்தனை நாளா இயங்கிக் கொண்டிருந்த ஒரு கம்பெனி, நாலு நாள் லீவில் மூடியாச்சா? ரமணிக்கு மூளையில் இருந்த குழப்பத்தில் அந்தக் கேள்வி கூட வந்த வேகத்தில் நுழைந்தது. வெறும் உடம்பு மட்டும் சுந்தரோடு நடந்து கொண்டிருந்த்து.

"அன்னிக்கே எல்லா பேப்பரும் ஃபுல் புளோரும் ஒட்டி, கதவை மூடிட்டாரு. அதுக்கு முந்தின நாளே கவர்மெண்டு பார்மலிட்டியெல்லாம் முடிச்சிட்டாரு.."

சொல்லியபடியே வீடிக்கு பக்கத்திலிருக்கிற தெருவில் நுழைந்தான். ரமணி கொஞ்சம் குழம்பிப் போய் அவன்

பின்னாலேயே தொடர்ந்தான். பேசுகிற, கேள்வி கேட்கிற மனநிலையில் அவன் இல்லை. சுற்றி நடக்கிற உலகத்திற்கும் தனக்கும் சம்பந்தமில்லை என்பது போல ஒரு நிலை. தெருவின் பிரதானமான ஹோட்டல் சங்கீத்தின் பின்வாசலில் நுழைந்து முதல் ஃப்ளோருக்கு சென்றான்.

"எங்கடா.. போற.." சுந்தர் பதிலளிக்கவில்லை. சுந்தர் தன் முகத்தில் எந்த பாவமும் காட்டாமலிருப்பதில் வல்லவன். கத்துகிற வாடிக்கையாளர் ஒன்றுமே பிரதிபலிக்காத முகத்தைப் பார்த்து சுருதி குறைவதும் உண்டு. முகபாவனைகளை வைத்து பேச்சை முன்னெடுக்கும் அனந்தராமன் சார் சுந்தரைப் பார்ப்பதை பெரும்பாலும் தவிர்த்துவிடுவார். சலனமற்ற முகத்தோடு அறை எண் 108-ன் கதவை வித்தியாசமாய் தட்டினான். தட்டினான் என்பதை விட தாளமிட்டான் என்பதே பொருந்தும். அந்த தாளம் வீடியிலிருந்து கல்யாண் போகும் குழுவினர் ஒரு பாடல் முடிந்தவுடன் அதற்கான அறிகுறியாய் எழுப்பப்படும் தாளம். அதை ரயில் பெட்டியின் சுவற்றில் அடிக்க, அடுத்த பாட்டுக்கான ஆரம்பமும், மௌனமான இடைவெளியும் அமையும் அதே தாளம். (டன் டன் டாணா.. டன் டன் டாணா.. டானானா.. டானானா..டானானா... 3 முறை இதேபோல)

கதவு திறந்தது. வில்லியம்ஸ் இருந்தான். இவன் எப்படி இங்கே.. என்று யோசிப்பதற்குள் சுந்தரும் ரமணியும் உள்ளே புகுந்தார்கள். கதவு வேகமாக மூடப்பட்டது.

ஹோட்டல் அறைக்குள் சின்னதாய் நாலைந்து கணிப்பொறிகள், தொலைபேசி போன்றவற்றுடன் அலுவலகத்தில் தனது மென்பொருள் சேல்ஸ் டீமும், சர்வீஸ் டீமும் இருக்கக் கண்டான். கார்த்திக் மெல்லியதாய் சிரித்தான். பல் துருத்தலை கவனமாய் மூடியபடி சிரிப்பு.

"வாட்.. ரமணி.. பேக் ப்ரம் ஹோமு.. வாட்.. எ வெல்கம் பார் ஹீம்மு..(மலையாள வாடை அடிக்கும் ஆங்கிலம் - மங்கிலம்) சிரித்தபடியே பாஸீ.

எல்லோரும் இங்கே இருக்கிறார்கள் என்றால் அங்கே அலுவலகத்தை எதற்கு மூடவேண்டும்..?

ரமணிக்கு மேலும் குழப்பம்.

6

அகமதாபாத். மெல்ல விழிக்கும் நகரம். குளிரெடுக்கும் ஏதோ ஒரு டிசம்பர் திங்கட்கிழமை. தலைமையகத்திலிருந்து விசிட்டிடக்கும் பாஸீ. பொதுவாகக் கார்த்திக்கே வருவதுண்டு. இந்த முறை பாஸீ. ரமணிக்கு ஆசனவாய் கட்டி போல உணர்ந்தான்.

வெண்ணெய் உண்ட வாயன் போல பாஸீ. பாஸீ மூஞ்சியைப் பார்த்தாலே பற்றி எரிந்தது. கழுகுக் கண்கள், குரங்கு மாதிரி விரிந்த மூக்கு, பைத்தியக்காரச் சிவப்பு, சின்னதாய் நெற்றியில் படுத்திருக்கும் சந்தனக்கோடு, அடிக்கடி மீசையை தடவிவிட்டுக் கொள்ளும் விரல்கள், அதில் அழுத்தி அழுத்திக் கடிக்கப்பட்டு சிவந்த நக நுனிகள்.

"நீ வேலை பார்த்தேன் என்பதை நான் நம்புகிறேன். ஆனால் அவை எங்கே பேப்பரில்..?" நக்கலான சிரிப்பு.

'நாய் மகண்டா அவன்.. டாய்லெட்டுக்கு போனதற்கு கூட கணக்கு கேட்பான். அவனுக்கு பேப்பரில் எல்லா விவரங்களும் இருக்க வேண்டும்.' நாராயணன் சொன்ன போது சிரித்தது ஞாபகம் வந்தது.

பாஸீதான் மேற்கு மண்டலத்துக்கான நிர்வாகி. மும்பை, குஜராத், மத்தியப் பிரதேசம் எல்லா மாநிலங்களுக்கு டூர் செய்து அங்கிருக்கிற கிளை மேலாளர்களின் பின்னே குச்சிவிட்டு ஆட்டுவது அவன் வேலை. யாருக்கு, எங்கே, எப்படி ஆப்பு வைப்பான் என்பது கண்டறிய முடியாது. சிரித்துக் கொண்டே, மீசையை தடவிக்கொண்டே பாம் வெடிக்கும்போது பக்கத்திலிருந்து சிரிப்பான்.

தமிழ் தெரிந்த நட்பு வட்டம் அவனை மல்லுத் தாயோளி என்று செல்லமாகப் பெயரிட்டு அழைக்கும். அவன் வந்து மூன்று நாளாகி விட்டது. முதல் நாள் பொறுமையாக உட்கார்ந்து எல்லா விசயங்களையும் கேட்டான். ஆர்வ மிகுதியால் கிளை அலுவலர்களால் சொல்லப்பட்டதை குறிப்பு எடுத்துக் கொண்டான். எல்லா ஆவணங்களையும் படித்தான்.

அந்த நிறுவனம் பங்குச் சந்தை புரோக்கர்களுக்கும் கார்ப்பரேட் நிறுவனங்களும் இந்திய நிறுவனங்களைப் பற்றிய டேட்டா தயாரித்து அதற்கான மென்பொருளையும் தயாரித்துக் கொடுத்துக் கொண்டிருக்கிறது.

பங்குச் சந்தையில் பட்டியலிட்ட நிறுவனங்களின் அன்றாட பங்குச் சந்தை விலை, மற்றும் நிறுவனத்தின் மொத்த விபரங்களும் ஒரு சொடக்கில் கிடைக்கும். வாங்க, விற்க முயல்பவர்களுக்கு நிறைய உதவுகோல்களைக் கொடுக்கும். நேற்றுவரை நிறுவனத்தைப் பற்றிய எல்லா செய்திகளையும் கொடுத்துவிடும்.

அந்த மென்பொருளைத்தான் ஒவ்வொரு கிளையும் விற்று, விற்றபின் கொடுக்க வேண்டிய சேவையளித்து, வருடாவருடம் வாடிக்கையாளரிடம் பணம் பிடுங்க வேண்டும். விற்பனையை மேம்படுத்த பாஸீ போன்ற மகான்கள் கார்ப்பரேட் குச்சிகளோடு மண்டலம் மண்டலமாய் பயணிப்பார்கள்.

பாஸீ பேப்பரில்தான் ரிப்போர்ட் கேட்பான். விசிட் செய்வது பெரும்பாலும் கார்த்திக்தான். கார்த்திக் வந்தால் ஒரு தனிப்பட்ட மகிழ்ச்சி வரும். இரவு முழுக்க அவனோடு பேசிக்கொண்டு, நாள் முழுக்க வேலை செய்துகொண்டு, பிராஞ்சில் இருக்கிற எல்லோரையும் ஏதாவது சொல்லிக்கொண்டே வேலை வாங்குவது, செய்வது தெரியாமலே வேலை நடக்கும்.

பேப்பரில் எழுது, எழுதாதே, என்ன மாசக் கடைசியில் கொடுக்கிறாய்.. அதைப்பேசு என்று பேசுவான். மேசை வேலைக்காரன் அல்ல. பாஸீ அதற்கு நேர் எதிர். நிறைய மேசை வேலைகள். திட்டமிடல்கள். கொஞ்ச நேரம் சந்தை வேலையும்.

“ஒவ்வொரு விநாடியும் விற்பனையில் ரொம்பவே முக்கியம். அது இருந்தால் எல்லாமே தானே நடக்கும். இப்போது பார் என் ஒவ்வொரு சேல்ஸ் காலையும் நான் எவ்வாறு பாதுகாக்கிறேன்..“

தனது அழுக்கு படிந்த வெள்ளைக் கலர் லேப்டாப்பை திறந்து தனது பிரசங்கத்தை ஆரம்பித்தான். எத்தனை மாதங்கள் கழித்து யார் எந்த வாடிக்கையாளரைப் பற்றி கேட்டாலும் தன்னால் எப்படி அவரது தேவைக் குறிப்புகளைச் சொல்ல முடியும் என்றும், அப்படியான ஒரு மாபெரும் சாதிப்பு தன்னால் முடிந்ததென்றும்,

அதனால் நிறுவனத்தின் திறன் எவ்வளவு உயர்ந்ததென்றும் சொல்லிக் கொள்ள ஆரம்பித்தான்.

அவன் ஆற்றும் மலைப் பிரசங்கங்கள் ஏற்கனவே அந்த நிறுவனத்தில் பிரபலமானவை. நாராயணன் என்கிற பாலக்காட்டு செகரட்ரியால் மிமிக்ரி செய்யப்படுபவை.

ரமணிக்கு அன்று மிக எரிச்சலாயிருந்தது. அதற்கு முந்தின நாளில் அவன் அப்ளை செய்த கிரிடிட் கார்டு கம்பெனி அவன் கார்டை ரிஜக்ட் செய்திருந்தது. போன் பண்ணிக் கேட்டதில் ஏதேதோ சொல்லிச் சொதப்பினார்கள். அதே துறையில் வேறு நிறுவனத்தில் இருக்கும் இன்னொரு நண்பனுக்கு கார்டு வந்திருந்தது.

அந்த சுரேஷ் கார்டை காட்டி ஆட்டி ரொம்பவே படம் காட்டிக் கொண்டிருந்தான். ஊருக்குப் போவதற்கான எல்லா பொருட்களையும் அதிலே வாங்கினான். அவன் கூடப்போய் கார்டு தேய்த்து வாங்கும்போது ஏற்பட்ட ஆசை பெருகி, வங்கியை அணுக, இந்த இரண்டாவது முறையும் ரிஜக்ட் ஆகிவிட்டது. அடுத்த முறைக்காக அடுத்த ஆறுமாசம் காத்திருக்க வேண்டும்.

சம்பளம் பத்தாதாதுடா.. என்பதை மறைமுகமாய் சொல்கிறாளா என்கிற கடுப்பு வயிற்றுக்கடியில் புகைந்து கொண்டேயிருந்தது.

அதுபோக இன்று பாஸீ வேறு வறுத்தெடுக்கிறான். அடுத்த வாரத்தில் வரப்போகிற விற்பனை விழாவை எப்படி நடத்தலாம் என்பது பற்றி பேசிக்கொண்டிருந்தான்.

மதியச் சாப்பாட்டு மேசையிலும் அவனது வறுவல் தொடர்ந்தது. அது முடிந்து பக்கத்திலிருந்த விலை உயர்ந்த கோட்டு, சூட்டு கடையில் நுழைந்தான். கொஞ்சம் வறுவல் குறைந்தது. பேச்சு திசை திரும்பியது.

வருகிற விற்பனை விழாவிற்காக அவனுக்கான கோட்டை தேட ஆரம்பித்தான். ஒவ்வொன்றின் விலையும் பயமுறுத்தியது. ஆறாயிரம் முதல் பத்தாயிரம் வரையிலான கோட்டுக்களை ஒவ்வொன்றாகப் பார்த்துக்கொண்டே வந்தான்.

ரமணியையும் ஒன்றிரண்டு போட்டுப் பார்த்து கலர் பார்க்கச் சொன்னான். தள்ளியிருந்து, சுற்றிவந்து எல்லா கோணங்களிலும் பார்த்தான்.

கடைசியில் இரண்டு கோட்டுகள் எடுத்தான். அந்த மிக விலையுயர்ந்த ஒன்றை ரமணிக்குக் கொடுத்தான்.

ஹிந்தியில் “இதை நீ வச்சுக்கோ”

“ஓ.. பாஸீ.. சார்.. நோ ஜோக்.. இட் இஸ் காஸ்ட்லியர் தன் மை சாலரி..”

பாஸீ ஒன்றும் பேசாமல் மீசையை நோண்டிக்கொண்டே மணியிடம் கொடுத்தான். பில்லை அவன் கிரிடிட் கார்டில் பே செய்தான். நிறுவனம் அதற்கு பணம் கொடுக்கும் என்று தெரிந்தது.

தனக்கான அந்த கோட்டை ரமணி போட்டு கண்ணாடியில் பார்த்தபோது அழுகை வந்தது. மூன்று நல்ல சட்டை, பேண்டு, சித்தப்பா கொடுத்த ஸீ, சில நூறு ரூபாய்கள். மாமா பையனின் சட்டைகள் அடித்துப் போட்டுக்கொள்ளல், பருவம், தீபாவளிக்கு தலைகாட்டும் சாதாரணப் புதுச்சட்டைகள், எவ்வாறெல்லாமோ சமாளித்த கல்லூரி தினங்கள் (அவைகளும் ஸ்கூல் யூனிபார்மாக அமைந்துவிட வாய்ப்புண்டு) எனச் செல்வம் நிரம்பி வழிந்த இளமைப் பருவத்தின் வெம்மைக் கனல். மெல்லியதாய் விசும்பலை மறைத்துக் கொண்டான்.

பாஸீ அதைக் கண்டும் காணாதது போல நகர்ந்தான்.

வழியில் ஆட்டோவில் எப்படி உணர்கிறாய் என்று கேட்டான். அதே குரங்குச் சிரிப்பு. ரமணி அந்த உலகத்திலேயே இல்லை. கெட்டியாய் அந்த ரெமெண்ட் கோட்டை பிடித்துக்கொண்டே வந்தான்.

“விற்பனை விழாவில்.. அதிகமாய் சேல்ஸ் பண்ணு.. இந்தியாவிலே முதன்மையாய் வா..”

ரமணி கண்டிப்பாய் என்பது போல தலையாட்டினான்.

கொஞ்ச நேர மௌனத்திற்கு பிறகு, அவனது கோட்டை தடவிக்கொடுத்தபடி சொன்னான்.

"என் அப்பா அவர் வாழ்நாளில் சட்டையே போட்டுக்கொள்ளவில்லை. இன்றும் கூட.. பணம் சேர்ந்து உடனே ஊருக்கு போய், சட்டை இல்லாமல் மேளம் அடித்துக் கொண்டேயிருக்க வேண்டும்.."

டம.. டம்.. டம்...

7

மூடிய கதவிற்குள் - லாக் அவுட் படலம்.

எல்லோருக்கும் வேலையில்லை என்று எல்லோருக்கும் தெரியும். ஆனால் யாரோ வேலை பார்த்து ஒவ்வொரு மாதமும் வரவேண்டிய பத்திரிக்கை வந்துவிடும் என்றும் தெரியும். யார் வேலை செய்கிறார்கள் என்று தெரியாது. ஒருவன் மற்றவனை முழு சந்தேகக் கண்ணோடு பார்த்துக்கொண்டே பக்கத்திலிருக்க வேண்டிய கட்டாயம்.

எங்கிருந்து இயங்குகிறது, எப்படி இயங்குகிறது என்று யாருக்கும் தெரியாது. சிலபேரை வேலைவிட்டு நீக்கி, சம்பளம் கொடுத்து - சில பேரை தற்காலிகப் பணிநீக்கம், சில பேருக்கு வேறு ஊர் மாற்றம் (அவர்களால் அங்கு போகமுடியாமல் அவர்களே வேலையிலிருந்து விலகிவிடுவார்கள் என்கிற யூகம்) முக்கியமான மேனெஜ்மெண்ட் துறை மட்டும் ரகசியமாய் இயங்கியது.

இரண்டு வாரங்களுக்குப் பிறகு ஃபோர்டிலிருந்த மற்றொரு ஹோட்டலுக்கு எல்லா கணிப்பொறியும் மாற்றப்பட்டது. ஒரே இடத்திலிருந்தால் கண்டுபிடிக்கப்படலாம். முக்கியமான மீட்டிங்கிற்கு மட்டும் ஒரு இடத்தில் கூடுகை. இல்லையென்றால் சந்தையில் சுற்றிக்கொண்டே இரு. மற்றவனோடு நில். அவன் பேசுவதை கவனி. நீயும் கூட சேர்ந்து திட்டு. அவனது நடவடிக்கையை அப்புறம் வந்து சொல்லு. சுந்தர் உற்சாகமாய் சுற்றினான்.

ரமணிக்கு சந்தை ஆரம்பிக்கும் முன்பே சர்வர் கணிப்பொறியை ஆரம்பித்து, சில முன்னேற்பாடான வேலைகளைச் செய்துவிட வேண்டும்.

அதற்கு தேவையான லீஸ் லைன்கள் எல்லாம் இயங்கிக் கொண்டிருந்த அலுவலகத்திற்குள்தான் இருந்தன. ஆகவே எட்டு மணிக்குள் யாருக்கும் தெரியாமல் கதவு திறக்கப்பட்டு ரமணி அதற்குள் போய்விட வேண்டும். பக்கத்து அலுவலக ஜன்னல் வழியாக மதிய உணவுப் பொட்டலத்தை சுந்தரோ, நாராயணனோ கொடுப்பது வழக்கம்.

மூடிய கதவு, புழுக்கம் அதிகமான அறை. சர்வர் நிற்காமல் இயங்கிக் கொண்டேயிருக்க வேண்டும். நின்றால் அதை மறுபடி ஆப் செய்து ஆன் செய்து இயக்க வேண்டும். வேறு வேலை எதுவுமிருக்காது. மூன்று முறை கட் செய்து அடிக்கப்பட்டால் மட்டுமே போன் எடுக்கப்பட வேண்டும். கார்த்திக் குரல் இருந்தால் மட்டுமே பேச வேண்டும்.

இந்தியா முழுவதும் இருந்த வாடிக்கையாளர்கள் யாருக்கும் நிறுவனத்தில் இத்தனை பெரிய லாக் அவுட் நடந்திருப்பதே தெரியாது.

"சார் என்ன கொக்காடா... ஐஐஎம் னா என்னா கேனயா.." சுந்தர் ஒவ்வொரு முறையும் வியந்து வியந்து சொல்லுவான்.

"அன்னிக்கு மீட்டிங்கல அவ்வளவு கிளியர்டா.. முதல்ல பேச ஆரம்பிக்கும்போதே சொல்லிட்டார்.. இந்த பசங்க பேரே சொல்ல மாட்டேன்.. குத்தா குத்தான்னு சொல்லுவேன்.. மராட்டின்னோ, விஷ்ணு சேனைன்னோ பேர் சொல்ல மாட்டேன்.. அப்படின்னு ஆரம்பிச்சார் பாரு... ஒவ்வொரு பிட்டும் அவ்வளவு யோசிப்புடா.. இந்த மனுசன் சும்மா இல்லடா.. பிரச்சனைன்னு வந்தா நிக்கிறார் பாருடா.. சான்ஸே இல்லடா.." அந்த நாளைய நினைவுகளில் அமிழ்ந்து போவான்.

"ஒவ்வொரு டிபார்ட்மெண்டும் எப்படி வேற வேற இடத்துலருந்து வேலை செய்யணும்னு.. என்னல்லாம் பிரச்சனை வரும்.. எப்படியெல்லாம் பேஸ் பண்ண வேண்டியிருக்கும். என்ன ரிஸ்க் எடுக்கிறோம்.. எல்லாத்தையும் கிளியரா ஒரு பிச்சர் போட்டு கொடுத்தார் பாரு.. வாவ்.."

பத்திரிக்கைத் துறை முழுக்க முழுக்க குஜராத்திற்கு மாற்றப்பட்டது. அதன் ஆசிரியர் குஜராத்தி. அவர் தனது குழு முழுவதும் அங்கிருந்தே இயங்குவதற்கான ஏற்பாடுகளைச் செய்தார். எல்லா இதழ் வேலைகளும் முடிந்து நேரடியாக டாடாவின் அச்சிற்கு போய்விடும். அச்சான இதழ்களை இன்னும் கொஞ்ச காலத்திற்கு ஜோனல் டிஸ்ட்ரிபூஸன் கம்பெனியே எடுத்து இந்தியா முழுவதும் அனுப்பிவிடும்.

இல்லாவிட்டால் பத்திரிக்கை எங்காவது நிறுத்தப்பட்டு, எரிக்கப்படலாம். இப்போது அது இன்னொரு நிறுவனத்தின்

சொத்து. அதற்கான பாதுகாப்புகளை அவர்களே செய்து கொள்வார்கள். வாடிக்கையாளர்களுக்கு கடையில் அது கிடைக்கும் வரைக்கும் நிறுவனத்தின் சங்கடங்கள் தெரியப் போவதில்லை.

இதழோடு வேலை செய்ய வேண்டிய விளம்பரத்துறையின் தலைவி ரூபி மேடம். மேடத்திற்கு கீழே சஞ்சய் இருந்தான். இன்னும் நாலு இதழுக்குத் தேவையான விளம்பரங்கள் ஏற்கனவே இருப்பதால் அதைப் பற்றி கவலைப்பட வேண்டாமெனவும், தங்கள் குழு மேடத்தின் வீட்டிலிருந்தே வேலை செய்யும் என்று ராஜ விசுவாசம் காட்டினான் & ரூபி மேடம் வீட்டில் அவர்கள் விளம்பரத்திற்காக ரத்தமும், வியர்வையும், மற்றவையும் சிந்தி உழைத்தது - நாராயணனின் உபகதை.

7.1

நாராயாணன் அதை கதை கதையாய் சொல்ல ரமணிக்கும், சுந்தருக்கும் உடம்பே எரியும். அவ்வப்போது நாராயணனுக்கு அங்கு பில்லிங் பண்ணும் இன்னொரு மலையாளத்தானின் மூலம் எல்லா செய்திகளும் வந்துவிடும். மசாலா தூவி, வெந்து இறக்கி செய்திகள் வாசிப்பது நாராயணின் பிராண்ட். அதில் அவன் நரன்.

ரூபி மேடத்தின் வீட்டில் அவர்கள் இரண்டு மாதத்திற்கு மேலாக சஞ்சய், முரளி நாயர், கீதா மேத்தா, ஜோலி பெர்ணாடஸ், சித்ரா ராஜகோபால், பாலா எல்லோரும் சேர்ந்து வேலை செய்தார்கள் என்பதை விட குடித்தனமே நடத்தினார்கள். ஆபீஸில் செய்ய முடியாததையெல்லாம் அவர்கள் செய்தார்கள்.

"ரூபி மேடத்திற்கு எல்லாம் தெரியாதா.." என்று ரமணி கேட்க, நாராயணன் "யே. யாருக்கும்டா இவன்.. மேலோடு ஒழுகறதாக்கும் கேட்டியா.. அவ வந்து இவள கேட்கறாளாம்.. என்னடா.. சுந்தர்.. இந்த மாதிரி பிராந்தெல்லாம் எதுக்குடா பம்பேயில வச்சிருக்கா.. பேசாமா.. சென்னைக்கு இவன ட்ரான்ஸ்பர் பண்ணிடலாம்டா.. கார்த்தி, இவனெல்லாம் தொடைய சொறியறதுக்குத்தான் லாயக்கு கேட்டியா.." என்று கேலி செய்து அடித்தொண்டையில் சிரித்து கொள்வான்.

(ரமணிக்கு அவன் அப்படி தன்னைத் திட்டுவதும் பிடிக்கும். அவன் வாழ்நாள் முழுவதும் காமக்கதைகளை அப்படித்தான் கேட்டிருக்கிறான். ஆனந்தகுமார் தனது மாமா பெண்ணின் புடவைக்குள் புகுந்த கதை, பாலசெந்தில் என்கிற கிராமத்து நண்பன் ஒரு ரேப்பில் எதிர்த்த வீட்டு பெண்ணை தாயாக்கிய கதை – இதுபோல நிறைய கதைகளைச் சொல்லும்போதெல்லாம் ரொம்ப பாவமாகக் கேள்வி கேட்டால் கதைசொல்லி உற்சாகமடைவான் என்பது ரமணியின் சித்தாந்தம்)

கொஞ்ச நாள் எல்லோரும், எல்லோரோடும் சேர்ந்து சேர்ந்து, மாறி மாறி உறவு வைத்துக்கொண்டார்கள் என்பதை நம்பவும்

முடியவில்லை, நம்பாமலும் இருக்க முடியவில்லை. பாலாவும், சித்ராவும், சஞ்சயும் ஜோலியும் சேர்ந்திருப்பது ஒன்றும் புதிதல்ல. ஆனால் எல்லோரும் எல்லோரோடும் மாறி மாறி இருந்து கொண்டார்கள் என்பதும், ஒவ்வொரு நாளும் குடியும், குத்தும் மற்றும் வீடியோ எடுத்து சில படங்களைப் பார்த்தார்கள் என்பதும் நாராயணனின் மசாலாவாகத்தான் இருக்கும் என்று ரமணியும் சுந்தரும் பேசிக்கொண்டார்கள்.

அந்த மாத வவுச்சர்களை நாராயணன் காட்டினான். 'சஞ் சய்.. பாரு.. கஸ்டமர் மீட்டிங்குன்னு சொல்லி சொல்லி எத்தனை பாட்டிலை காட்டிருக்கான் பாரு.. இந்த பில் எங்கயிருக்கு பாரு.. பாந்திரா டிஸ்கதோக், இந்த பில்லு கொலாபா மஜாஜ் செண்டர் பில், இங்கல்லாமாடா க்ளையண்டு போறான்.. ஒக்காலி.. இவன் ஊர் மேஞ்சுட்டு.. கம்பெனி தலையில ஏத்திரான் பாரு..' கம்பெனி சிக்கல் நேரத்தில் யார் உட்கார்ந்து என்னத்தை கேக்கப் போகிறார்கள். வழிகிற தேனை நக்குவதல்ல இது அதற்கும் மேலும். ஆனால் காற்றுள்ள நேரம். ஐயா குடி, அம்மா குடி கதை.

நாராயணன் மேலும் புலம்பினான். "நம்ப கார்த்திக் போருமே. நம்மள வெறுமனே மாடுங்க உடுப்பி ஹோட்டலுக்கு கூட்டிண்டு போவான். சாம்பார் சாதமும் இரண்டு வடையும் மிஞ்சிப்போன மசாலா தோசையும் வாங்கி கொடுப்பான். அதெல்லாம் தன்னோட கைக்காசிலிருந்து கொடுப்பான், சரியான அசமஞ்சம்.. பாரு சஞ் சயை.. என்னல்லாம் வடை, தோசை சாப்பிடறான் பாரு. இந்த டீமில இருந்தா நாமளும் நம்ம பாஸ் மாதிரியும் தொடையை தடவிண்டு இருக்க வேண்டியதுதான். ச்சை.."

7.2

கார்த்திக்கின் துறை ஃபோர்டில் ஒவ்வொரு ஹோட்டலாக மாற்றி, மாற்றி ரகசியமாக இயங்கிக் கொண்டிருந்தது. மென்பொருளுக்கு வரவேண்டிய அப்டேட்டுகள் சென்னையிலிருந்து தயாரிக்கப்பட்டு வந்தன. நூறு பேர் இருந்த இடத்தில் வெறும் முப்பது பேர் மட்டும் இருந்தார்கள். கூடிய சீக்கிரமே சரிசெய்யப்பட்டு விடும் என்று நம்பப்பட்டது. பெரும்பாலனவர்களை அதிக நேரம் வாடிக்கையாளரை சந்திக்க உபயோகப்படுத்திக் கொண்டான். யாரும் யாருடனும் தேவையில்லாமல் பேச வேண்டாம் என்று உத்தரவு போடப்பட்ட்து. யார் எதிராளி என்று தெரியாத காரணத்தால் நிறைய செய்திகள் கசியவிடப்படும். வெறுமனே உங்கள் வேலையைப் பார்த்துவிட்டு நானோ, பாஸீயோ நேரடியாகச் சொல்லும் விசயங்களை மட்டும் கணக்கில் கொள்ளுங்கள் என்று உத்தரவு போட்டான் கார்த்திக். இந்த ரகசிய அடைப்பை பற்றி குடும்பத்திற்கும் நண்பர்களுக்கும் சொல்ல வேண்டாம். காற்றில் ஒரு நிலையற்ற தன்மை. நம்பிக்கையின்மை. கொஞ்சம் பயம் எல்லாம் பரவியிருந்தது.

7.3

ரமணி மட்டும் பழைய ஆபிஸில் ஸர்வர் ரூமில் தனியாய் உட்கார்ந்து அதை கவனித்துகொள்ள வேண்டும்.

யாருமற்ற அலுவலகம். வெறுமனே மூடியிருக்கின்ற கணினிகள். சத்தமற்ற அலுவலகம். தனது குரலே தனக்குக் கேட்க ஆரம்பிக்குமோ என்பது போன்ற பயம். தனக்குத் தெரிந்த தியானங்கள், மந்திரங்கள் எல்லாம் சொல்லிய பின்பும், உடைக்க முடியாத வெறுமை.

காலையில் ஏழு எட்டுக்கு உள்ளே வந்து இரவு சத்தம் அடங்கிய ஏழுக்கோ, எட்டுக்கோ கார்த்தி, சுந்தர் போன் அடித்த பின் எழுந்து போக வேண்டும். அமைதியாய், யாரும் பார்த்துவிடாதவாறு.

போன் அடிப்பதற்கு முன்பு அவர்கள் யாராவது அந்தப் பகுதியில் சுற்றுகிறார்களா என்பதைப் பார்த்து அடுத்த தெருவிலிருக்கும் பொது தொலைபேசியிலிருந்து கார்த்திக்கு சொல்ல, கார்த்திக் போன் செய்வான். அதுவரை அதே அறை. அதே அலுவலகம்.

போன் கேட்ட பின்பு வெளியில் வந்து காற்றைச் சுவாசிக்கும் போது கிடைக்கிற மகிழ்ச்சி அடுத்த நாள் காலையில் உள்ளே போகிற போது வருகிற அழுத்தம் பயங்கரமாயிருந்தது.

முதலில் சுகமாக இருந்தாலும் ஓரிரு நாட்களில் போரடிக்க ஆரம்பித்தது. தனக்குப் பிடித்த எல்லா நாவல்களையும், சிறுகதைத் தொகுப்புகளையும் படித்து முடித்தான். இணையத்தில் நிறைய போர்னோ படங்களைப் பார்த்தான். எல்லாமே போரடித்தது.

இன்னும் எத்தனை நாளுக்கு இப்படியோ என்கிற எண்ணம் வந்தது.

கார்த்திக்கிடம் முறையிட்டு வாரத்தில் இரண்டு நாட்கள் வேறு யாராவது இருக்க வேண்டும் என்று கேட்டுக்கொள்ள, சாமுவேல் இருந்தான். அவன் இருந்த இரண்டு நாட்களிலும் எக்கச்சக்கமான பிரச்சனைகள் வர, கார்த்திக் மறுபடியும் ரமணியை திட்டி அனுப்பினான்.

"யே.. கம்பெனியே கொதிச்சிட்டுக்கு.. எனக்கு புழுங்குதுங்கிறான்.. பாரு.. என்ன ரமணி.. நீ புரிஞ்சு பேசறாயா. புரியாம பேசறயா. நம்ம சார். நமக்காக உயிர கொடுத்து இந்த நாய்ப்பசங்ககிட்ட போராடிட்டிருக்காரு.. ஒவ்வொரு டிபார்ட்மெண்டும்.. சாருக்காக, கம்பெனிக்கா உழைச்சிட்டிருக்கு.. நான் இருக்கிற டென்சன்ல.. நீ வேற என்ன டென்சன் படுத்துற.."

ரமணி பேசாமல் நின்று கொண்டிருந்தான். ஏதோ யாராவது சத்தம் போட்டு உரிமையோடு பேச ஆரம்பித்தால் மனதெல்லாம் வெறுமையாகி ஒன்றுமே தோன்றாமல் நின்று விடுகிறது. அப்பா, கொளத்தூர் மாமா பேசுவது போலயிருக்கிறது. எப்போதுதான் இந்த கையாலாகாத் தன்மை தன்னைவிட்டுப் போகப்போகிறது என்று நொந்துக்கொள்ளும் எண்ணம் ஒரு பக்கம் தலை தூக்கும்.

"இல்ல கார்த்திக். தனியா 12 மணி நேரம் இருக்கிறது ரொம்ப பயமாயிருக்கு.. காத்து வேற ரொம்ப கம்மியா வருது.. ஹோட்டல் மாதிரி ஏசியெல்லாம் வேற போட முடியல.. முந்தா நேத்திக்கு தலைவலில எனக்கே தெரியாம தூங்கிட்டேன்.. தனியா வேற இருக்கேனா அதான் கார்த்திக் சின்ன ரிக்வெஸ்டு.."

"ஏ.. என்ன பேசற.. இருக்கிறதிலயே நீதான் பத்திரமா இருக்க தெரியுமா.. நாங்க பயந்து பயந்து ஒவ்வொரு வாரமும் ஒரு ஹோட்டல் மாத்திட்டுருக்கோம்.. எவன் கண்ணுலயாவது பட்டு, நாம ஒளிஞ்சு வேலை பாக்கிறோம்னு தெரிஞ்சதுன்னா. அம்புட்டுதான்.." கார்த்திக்கின் பல் துருத்திய சிரிப்பு.. ஒளிரும் கண்கள். எப்போது பதட்டத்தோடு ஆடிக்கொண்டே.

"லிசன் ரமணி. நத்திங் டு வொர்ரி.. இட் இஸ் ஆப்டர் ஆல் ப்யூ மோர் டேய்ஸ்.." பாஸி உள்ளே புகுந்தான். எப்போதும் ஒவ்வொரு வார்த்தை முடிவிலும் ஒரு உடைஞ்ச சிரிப்பு. மீசையை முறுக்கும் சிந்திப்பு.

"ரமணி நீ இருந்தா எனக்கு எந்த பயமும் இல்லை தெரியுமா.. இந்த புராடெக்டு பத்தி முழுசா தெரிஞ்சவன் நீ தான். எவன் எங்க கனெக்டு பண்றான்.. என்ன கேட்பான். என்ன கேள்வி கேட்டாலும் சாட்டில, ரிமோட்ல சால்வ் பண்ணிடுவா.. நான் கவலையேபடாத ஒரு புராடெக்டு உன்னோடுதான்.."

கார்த்திக் இப்படி பேசினால் போதும் ரமணியின் நாடி நரம்புகள் எல்லாம் அணைந்து விடும். என்னதான் குறைகள் இருந்தாலும் தன்னை விட தனக்குப் பின்னே வந்தவன் அதிகமாகச் சம்பாதிக்கும் போதும், தான் மாங்கு மாங்கென்று வேலை பார்த்தாலும் தனது வேலை பேசப்படா விட்டாலும், தனது ஹிந்தி அரைகுறை கேலிப்பொருளாகும் போது வெந்துபோகும் ஆழ்மன வேதனையும் - கார்த்திக்கின் இந்த வார்த்தைகளால் மறைந்து போய்விடும்.

இதுவரைக்கும் இந்த வார்த்தைகளால்தான் எந்த இன்க்ரிமெண்டுக்கும், வசதியும், ஸ்பெஷல் சலுகைகளையும் வாய் திறந்து கேட்க முடியவில்லை. சுந்தர் அப்படியில்லை.

“ஓ தேங்க்ஸ். கார்த்திக்.. கொஞ்சம் இன்க்ரிமெண்டு கொடுத்த அப்பா சந்தோசப்படுவார் கார்த்திக்..”

“ரொம்ப அவசரம் கார்த்தி.. போயே ஆகணும்.. அவசரமா லீவு வேணும்.. ரிகார்டுல இருக்க வேண்டாம். சாலரி கட் பண்ணினா ரொம்ப கைய கடிக்கும் கார்த்தி.. ப்ளீஸ்.”

“உங்களுக்கு கஸ்டமாயிருந்தா நான் வேணா ஒரு இ-மெயில்ல எழுதி கொடுக்கிறேன். அத பார்வேர்டு பண்ணி ட்ரை பண்ணி கேட்டு பாருங்க கார்த்திக்.. எனக்கு உங்களோடு தான் கண்டினியூ பண்ணனும்னு ஆசையா இருக்கு..”

ரமணிக்கு தனக்கு மட்டும் ஏன் இப்படி பேச வரவில்லை என்று ஆச்சரியமாயிருக்கும். சம்பள உயர்வு, சலுகை, தனிப்பட்ட கவனிப்பு, தனக்குத் தேவையான எதையும் கேட்டுவிட சுந்தரால் முடிகிறது. அதைக் கோபப்படாமல் வாழைப்பழத்தில் ஊசி போல கேட்க முடிகிறது. உறவுகளை காயப்படுத்தாமல் அதே நேரத்தில் அழுத்தமும் கொடுக்க முடிகிறது. முடியாத என்று சொல்ல வைக்க முடியத இடத்திற்கு கார்த்திக்கை தள்ள முடியும்.

தன்னால் அப்படிக் கேட்கவோ, சூசகமாகச் செயல் செய்யவோ முடிவதில்லை. தான் நிராகரிப்படுவோமோ என்கிற பயம் தடுக்கிறதா ? முடியாது என்று சொல்லவே வாழ்நாள் முடிவதே—யில்லை. முடியாது என்று சில நேரங்களில் சொல்லியிருந்தால் எத்தனை காயங்களை, ரணங்களைத் தவிர்த்திருக்கலாம் என்று

ரமணி யோசிப்பான். தனது நெற்றியில் தன்னால் படிக்க முடியாத, அழிக்க முடியாத 'மற்றவர்களுக்கு எப்போதும் முடியும்' என்று எழுதி ஒட்டியிருக்கும் போல.

கார்த்திக்கும் எதையாவது பேசி, தன்னை வேலை செய்ய வைக்கிற முடிகிறது. தன்னை மட்டும் வேலை செய்யவைக்க முடிகிறது. வேண்டாம்.. முடியாது, இது எனது வேலை இல்லை, இந்தக் கூடுதல் வேலையால் என்ன பலன், இந்த வேலை எனது தரத்திற்கு சரியான வேலை இல்லை, உங்களது குப்பை வேலைகளை எனது தலையில் போடாதீர்கள் என்று என்னால் எப்போதும் ஏன் சொல்ல முடிவதில்லை. 'எல்லாம் அப்பன மாதிரி தாண்டா' என்று அம்மா சொல்லக் கூடும்.

ரமணி நின்று கொண்டேயிருந்தான்.

"ஓகே. கார்த்திக்.. டூ ஒன் திங்க்.. வி வில் ட்ரை வித் சாமுவெல் பார் ஒன் ஆர் டூ டேய்ஸ்.." பாஸீ மறுபடியும் ஆலோசனை சொல்ல, கார்த்திக் அரை மனதோடு சம்மதித்தான்.

இப்படி அழுது அழுது தனது சலுகைகளை தனது அடிப்படை உரிமைகளை வாங்குவது கல்லை நெஞ்சில் இழுத்துவருவது போலயிருந்தது.

அப்படி மனம் குமைந்தபோதுதான் ரவி அண்ணா ஞாபகம் வந்தது. யாருமேயில்லை என்கிற குறை அழுத்தும் போது அவன் வீடு ஒரு வேடந்தாங்கல். என்னதான் சண்டை போட்டு வந்தாலும், நாலு கெட்ட வார்த்தைகளோடு அதை மறந்து விடுவான்.

ரொம்ப நாளைக்கு பிறகு ரமணி டோம்பிவிலி பயணித்தான். கம்பெனியின் நிலமையை சொல்லலாமா? ஆனால் இதை யாரிடமும் சொல்லக் கூடாது என்று நிறுவனம் சொல்லியிருக்கிறது. சந்தையில் விசயம் கசியக் கூடாது. வேலை நடந்து கொண்டேயிருக்க வேண்டும். அதிகமாக ஆடிய சில லோக்கல் தலைகள் மட்டும் குறிக்கப்பட்டு, அவர்கள் நீக்கப்பட்டு, முன்னூறு பேர் இடந்த வேலையை வெறும் நூறு பேர் மட்டும் வைத்து செய்யப் போகிறார் அனந்தராமன் சார். சில வேலைகள் வேறு நிறுவனத்திற்கு உப வேலையாய் கொடுக்கப்படும்.

சடக்கென்று கிளைகள் வெட்டப்பட்டு நிற்கிற மரம் போல கம்பெனி நிற்கலாம். அதற்கு முன்பு லோக்கல் கட்சி அதை எப்படி எடுத்துக்கொள்ளும் என்று தெரியாது. சார் உயிருக்குப் பாதுகாப்பாய் இருக்க வேண்டும் என்று எல்லோரும் பிரியப்பட்டார்கள்.

லேபர் கோர்ட்டில் பாதிக்கப்பட்ட அலுவலகர்கள் கேஸ் தொடர்ந்திருந்தனர். அரசியல் கட்சித் தலைவரின் மருமகனைப் போய் பார்த்து பேசிவிட்டு வந்தார்கள் என்று ஒரு வதந்தி. ஆனாலும் சார் எல்லாற்றையும் மிக ஆழமாய் யோசித்து, படித்து பதட்டப்படாமல் செய்து வந்தார்.

சாரின் கொதித்துச் சிவந்த கண்கள் இருக்கிற ஒவ்வொருவரையும் ஆழமாய் பார்த்துச் சிரிக்கிற சார். பொதுவாய் இப்படியிருக்கிறவர் இல்லை. கார்த்திகிடம் மட்டும்தான் கண் கொடுத்து போய்விடுவார். இந்தப் பிரச்சனையின் போது ஒவ்வொருவரிடமும் தோள் தட்டி பேசிக்கொண்டிருக்கிறார்.

கார்த்திக் அவருக்காக உயிரைக் கொடுப்பதற்காக கூட தயாராயிருந்தான். மற்றவர்களையும் கொடுக்க ஊக்கப்படுத்திக் கொண்டிருந்தான்.

ரமணிக்கு அந்த சூழ்நிலை பயமாகவேயிருந்தது. வந்து சேர்ந்து இரண்டு வருடம் கூட முடியவில்லை. மறுபடியும் சென்னை போய் வேலை தேடுவது நடக்காதது மட்டுமல்ல, பிடிக்காததும் கூட.

மேகமூட்டமாய் இருக்கிற நிறுவனம் மனதின் ஓரத்தில் பயத்தை கொடுத்துக் கொண்டேயிருந்தது.

எல்லாம் ரவி அண்ணாவைப் பார்த்து பேசினால் சரியாய் போய்விடும். வண்டி தானே தாண்டி போகும் போது தனது ஆரம்பகால தினங்கள் ஞாபகம் வந்தது.

ஒரு வாரத்திற்கும் மேலாயிற்று சாதம் பார்த்து. காலையில் ஆறு மணிக்கு எழுந்து நாகராஜன் பல் தேய்த்து டாய்லெட் போகும் போது தான் பல் தேய்த்து, அவன் குளிக்க போகும்போது தான் டாய்லெட் போய், அவன் விளக்கேற்றி ஏதோ ஸ்லோகம் முணுமுணுக்கும் முன்பு குளித்து ரெடியாகி, சூடான பாலில் சர்க்கரை போட்டுக் கொதிக்க வைத்து கீழிறக்கி இரண்டு டம்ளரில்

கலந்து, ஊதிக் குடித்து, அவனும் குடித்து முடித்தவுடன் மோரியில் ஒரு அலம்பு அலம்பி வைத்து, சாக்சை பால்கனியிலிருந்து எடுத்து காலைத் திணித்து, சித்தப்பா கொடுத்த ஷுவில் காலைத் திணித்துக் கிளம்பி நாளாக்கள், சின்ன, பெரிய சாக்கடைகளைத் தாண்டி, ஆய் போய்க்கொண்டிருக்கும் குழந்தைகளின் குண்டிகளைத் தாண்டி வேகவேகமாய் டோம்பிவிலி ஸ்டேசன் ஆறு இருபதுக்குள் அடைந்து, நாலாவது ப்ளாட்பாரத்தில் சரியான பெட்டிக்காகக் காத்திருக்க, ஆறு முப்பதிற்கு வரும் பாஸ்ட் வண்டியில் மூச்சைப் பிடித்து நுழைந்து, ஓரமாய் சரியான இடத்தை அடையும் வரை காலம் ரமணியின் கையில் இருக்காது.

நாகராஜனுக்கு அவனது கம்பெனி முதல் வகுப்பு பாஸ் கொடுத்திருந்தது. ரமணிக்கு அது இல்லை. இரண்டாவது பெட்டியில் எப்படி ஏறவேண்டும் என்ற பயிற்சியை ரவி அண்ணாவும், சேகரும் சொல்லிக் கொடுத்திருக்கிறார்கள். நிற்கும் வரைக்கும் காத்திருக்காமல் மெல்ல வேகநடை நடந்து இறங்குபவர்களின் வரிசை முடிந்தவுடன் எந்த விநாடியும் கொடுக்காமல் சடக்கென்று புகுந்து ஒரு அரைவட்டம் அடித்து கதவின் இரண்டாவது வரிசையில் சொருகிக்கொள்ள வேண்டும்.

அப்படி சொருகிக்கொண்ட பிறகு விடியல் வரைக்கும் ஒரு மெல்லிய தூக்கத்திற்கு வாய்ப்பு உண்டு.

செம்பூர் வந்ததற்கு பிறகு அத்தகைய தொல்லைகள் இல்லை. வேலைக்குப் பிறகு இரவு நேரங்களில் ஐஐஎம்மிற்கான தேர்வுகளுக்குப் படிப்பதற்குத் தோதாய் இருந்தது. அதுவும் கிடைக்குமா, கிடைக்காதா என்று கவலை. கிடைக்கா விட்டாலும் வேலையிருக்கிறது என்கிற ஒரு மெத்தனம் இருந்தது. இதுவே இல்லை என்கிற போது மெல்லிய ஆட்டம். முதல் தடவையாக வந்த பயம்.

டோம்பிவிலியில் இறங்கி உமா காலனியை நோக்கி நடக்க ஆரம்பித்து ரவி அண்ணாவின் வீட்டைச் சீக்கிரமாகவே அடைந்து விட்டான் ரமணி. எல்லோரும் சனிக்கிழமை எட்டு மணிக்குத்தான் வருவார்கள். தான் நாலு மணிக்கே அங்கு வந்துவிட்டதை உணர்ந்தான். மனக்குழப்பத்தில் நேரம் மனதிலே இல்லை. எட்டு மணிக்குப் பிறகு ஆரம்பமாகும் தண்ணீ கச்சேரி. கிட்டத்தட்ட

எல்லா நண்பர்களும் சேர்ந்து இரவு ஒன்று, இரண்டு மணிவரை போகும் கச்சேரி. அடுத்த நாள் பத்து மணிக்கு மெல்ல எழுந்து நன்றாய் சமைத்து சாப்பிடும் நண்பர்கள் குழு.

இளையராஜா பாட்டு, எப்போதாவது போர்னோ படம், இல்லையெனில் சீட்டு என்று எப்போதும் கலகலக்கும் சனி இரவு.

ரமணி காலிங்பெல்லை அழுத்த யாரும் திறக்காததால், ஒருவேளை டெரஸில் அண்ணா உட்கார்ந்திருப்பான் என்று எண்ணி, டெரஸுக்கு மேலே போய் அங்கிருந்து பார்க்க, வாட்ச்மேன் அறையில் நிகிதா தீதி அண்ணாவின் மீது இயங்கிக் கொண்டிருப்பது தெரிந்தது.

8

ரவி அண்ணா - சொந்த அண்ணன் இல்லை. வெறும் முதுகலை கம்ப்யூட்டர் சான்றிதழும், இரண்டு சட்டையும், இரவல் வாங்கிய காலணியுமாய் இறங்கிய ரமணிக்கு இந்த எந்திர நகரத்தில் இடம் கொடுத்திருக்கிறான். ரமணிக்கு மட்டுமா? கிட்டத்தட்ட ஒரு கிராமமே அவனை நம்பி பம்பேயில் இறங்கியிருக்கிறது. எப்படித்தான் சமாளிப்பானோ? அத்தனை தொடர்புகள், அவர்களுக்கு ஏதோ ஒரு வேலை, அங்கிங்கெனத் தங்குமிடம். ஓடும் நதியில் எத்தனை பேர் முகம் கழுவியிருக்கின்றனர்.

பார்த்த கூடல்கள் ஞாபகம் வந்தது. அப்பா, அம்மா, அண்ணன், அண்ணி மற்றும் மாமா, மாமியின் அந்தரங்கக் கூடல்களைத் தெரிந்தும், தெரியாமலும் பார்த்த பொழுதுகள் ரமணியின் பிரக்ஞையின் ஓரத்தில் ஒட்டியிருந்ததை ஞாபகப்படுத்தியதே ரவி அண்ணனை முதலில் இப்படிப் பார்த்த பிறகுதான்.

ரமணிக்கு அண்ணாவையும், தீதியையும் இப்படிப் பார்த்தது முதல் தடவையில்லை. ரமணி பார்த்ததை அவர்கள் பார்த்தாலும் அவர்களிருவரும் பதறுவதேயில்லை. மெல்ல மெல்ல ரமணியும் பதறுவதேயில்லை.

வீட்டுச்சாவி எங்கிருக்குமெனத் தெரியும். திறந்து, சமையலறை புகுந்து, பால்விட்டு, உடனே அதில் சாயிப்பவுடரும், அதரங்க் பௌடரும் கலந்த பொட்டலத்திலிருந்து இரண்டு ஸ்பூன் போட்டான். பொங்கி முடிந்து மேலே போகும் போதும், அவள் அவளை அவன்மீது பொருத்திக்கொள்ள முயன்று கொண்டிருந்தாள். ஓ... இன்னும் இருக்கிறது போல. பேசாமல் திரும்பி வந்தான்.

ரமணிக்கு நிச்சலமாயிருந்தது. அவசரகதியில் போட்ட சாய்உடன் காரியோடு சேர்த்து தின்றான்.

இன்று சனி இரவு. நிகிதா தீதிக்கு வேலை மிகுதியாக இருக்கும். பாரில் கூட்டமிருக்கும். உடம்பை மூலதனமாகக் கொண்ட தொழில். அதிகமாகும் குற்ற உணர்ச்சியை அண்ணாவிடம் கொட்டிவிட்டு இலகுவாய் போவாள்.

“என்ன மண்ணாங்கட்டி லாஜீக்குனா.. இது..” ஒருமுறை வாய் பிடுங்கிய போது சொன்னான்.

“இங்க வந்து டாங்க் காலி பண்ணிட்டு போறாடா.. எதுக்கு.. அங்க எங்கயும் மனசால தப்பு நடந்துடப்படாதுன்னு தான.. பாவம்டா.. இதுக்கள்..”

நிகிதா அக்கா வருகிற தினங்களில் ரமணி மட்டுமே ரவியோடு இருக்க அனுமதிப்பான்.

“ஏலே. நீ சாமி சப்பரம் வர்றப்போ தீவட்டி பிடிச்சியாடே..” என்று ராம்ஜீ அண்ணா கேட்டது ரமணிக்கு ரொம்ப நாளாய் புரியவில்லை. பின் புரிந்தது.

அவர்கள் வர கொஞ்ச நேரமாகலாம். கதவை மறுபடி பூட்டிவிட்டு கொஞ்சம் காலாற நடந்துவிட்டு வரலாம் என்று கிளம்பினான். பழைய நினைவுகளும் கூடவே வந்தன.

ரமணி உடம்பு முழுவதும் உபய லேபிள். ஒவ்வொரு முறையும் தன்னைக் கசங்கிய அழுகிய பூவாய் அவனை உணரச் செய்யும் உபயக்காரர்கள். அப்பா விந்தை, அம்மா கருவறையை, மாமா பத்தாவது வரைக்கும், மகாலட்சுமி செட்டியாரம்மா பன்னிரண்டாவது வரைக்கும், கல்லூரி கல்கி அறக்கட்டளை, கணிப்பொறி கண்ண மாமா உபயம்.

80களின் முடிவில் ரவி அண்ணா கை கொடுத்தது வாழ்க்கையின் திருப்புமுனை. பணம், பணம் என்று அலைகிற சுற்றம். எவ்வளவு அனுப்பறான், என்ன வாங்கிண்டு வந்தான், மரியாதைக்கு சொன்னானா என்று ஒவ்வொரு எதிர்பார்ப்போடும் இருக்கிற சுற்றங்கள் மத்தியில் இவன் தாமரை இலை தண்ணீர். எல்லாம் செய்துவிட்டு வேறென்ன வேணும், அப்புறம் என்று கேட்பவன். செய்ததை உடனே மறந்து விடுபவன்.

அண்ணா ஒரு சதபிரக்ஞன். நிச்சலமான அகமுகமுடையவன். சிரிப்பும், கோமாளிக் கோபமும் அவனின் இயல்புகள் - அவனது அப்பா சவுண்டி ராமன் சாரைப் போலவே.

சலனங்களைக் காட்டாத முகம் என்று ரமணி நினைத்தான். பின்தான் புரிந்தது அவன் சலனமேயில்லாதவன்.

காக்கை பறந்தால் காக்கையைக் காட்டுவான். அன்னம் மிதந்தால் அன்னம் காட்டுவான். இன்று நிகிதாவிற்கு அவள் முகம். அவன் மீது பறந்தபோதும் அவன் நிகிதாவிற்கு அவளையே காட்டினான்.

தங்கள் முகத்தைப் பார்ப்பதுதான் அழுகையை கொடுத்திருக்கலாம். நம்முகத்தைத்தான் நம்மால் அடிக்கடி ஆழமாய் பார்த்துக்கொள்ள முடிவதில்லை. கண்ணாடிகள் நிச்சலமானவை. அவைகள் போல இவனும். அவனிடமிருந்து பரவுகிற எண்ணமற்ற மௌனங்களின் இடைவெளிகளில் முகம்பார்த்துக் கொள்ளலாம். இன்று நிகிதா அவள் முகம் பார்த்துக் கொண்டாள்.

தான் ஏன் இங்கு வந்தேன்? அண்ணாவை ஏன் பார்க்கத் தூண்டியது என ரமணி யோசித்தான். தனது நிலையற்ற நிறுவனத்தின் பயத்தை, சடக்கென்று மூடப்பட்ட செய்தியால் வந்த நடுக்கத்தை அவனின் அருகாமையில் எரித்துக்கொள்ள அண்ணா அருகாமை போதும். ஒரு இரவு அவனோடு பேசிக்கொண்டிருந்து விட்டுப் போனால் போதும். பயத்தின் முகத்தை அவனில் பார்த்து அதனைத் தாண்டல்.

அவன் செயலில் பெருமிதம் இல்லை. ஒரு எதிர்ப்பார்ப்பு இல்லை. உபயம் என்கிற லேபிளை ஒட்டச் செய்வதில்லை.

ரமணி கொஞ்சம் வெளியே போய் உலாத்திவிட்டு பத்து நிமிடம் கழித்து வந்தான். கதவு திறந்திருந்தது. நிகிதா பாருக்கு தயாராக அழகான உடை அணிந்து தயாராயிருந்தாள்.

இரண்டு பேருக்கும் ரமணியைப் பார்த்ததில் மகிழ்ச்சி.

“என்னையா? என்னை மறந்துட்டியா?” ஹிந்தியில் நிகிதா அக்காவின் குரல் ரொம்ப நாளுக்குப் பிறகு.

ரமணி தூரம் கருதி அலுவலகம் பக்கத்திலே வந்துவிட நினைத்தபோது ரவி அண்ணாதான் வீடு பார்த்துக் கொடுத்தான். அவர்களிடம் அறையின் சாவி எப்போதும் ஒன்று இருந்தது.

சாப்பாடு டப்பா வாலாவிடமிருந்து வந்தது. ஆறு குறிகளோடு. மூலண்டு பாலாக்காடு மாமாவின் சாப்பாடு. ஆறிப் போ—யிருந்தாலும் நன்றாகத்தானிருந்தது. அதையும் ரவி அண்ணாதான்

அமைத்துக் கொடுத்தான். நிகிதா தீதி தான் ஏதோ மராத்தி ஆரத்தி எடுத்து பூசை செய்தாள். அப்போது கடைசியாய் பார்த்தது நிகிதா தீதியை.

அதே அழகோடு இன்றும். லட்சுமி கலை தான் அக்காவுக்கு.

"இல்லை அக்கா.. ஏன் அப்படி சொல்ற"..

நிகிதா குரலில் சின்ன நடுக்கம் தெரிந்தது, அவள் அழுதிருக்க வேண்டும்.

ஒவ்வொரு சனி, ஞாயிறும் வழக்கம்தானே. தன்னைக் கரைக்கிற அழுகை. அவள் இலகுவாவாள்.

"சல்ரே. மே ஜாராவும்.." ரமணி தலையைத் தட்டியபடி நகர்ந்தாள். பிரமாதமான லோஷன். ரவி அண்ணாவுக்குப் பிடித்தது. இன்று மனம் முழுக்க அண்ணாதான் அவள் தொழில் இடத்திலும் இருப்பான்.

ரமணி அண்ணாவிடம் உட்கார்ந்தான். பேசினான். பேசிக் கொண்டேயிருந்தான். வேலை பிரச்சனை மறந்தது. அண்ணா அடை தோசை வார்த்துக் கொடுத்தான்.

ஊர்ப்பேச்சு, உலகப்பேச்சு, அவனைப் பற்றி, இவனைப் பற்றி. தான் ஊர் போய்விட்டு வந்த விவரங்களைச் சொன்னான். ஒவ்வொரு வீடு பற்றியும் கேட்டுக்கொண்டான். கிட்டத்தட்ட அது ஒரு மனப்பயணம் போலவே இருவருக்கும் அமைந்தது.

சின்னதான குடியோடு அந்தச் சனி இரவு கழிந்தது. ரமணி அங்கேயே படுத்துக் கொண்டான். கட்டிலுக்கு கீழே கிடந்த புத்தங்களை எடுத்துப் படித்தான். மறுபடி குப்புறப் படுத்துக்கொண்டான். மறுநாள் எழுந்து நிறைய டீ (அண்ணாவின் இஞ்சி டீ ஸ்பெஷல்) குடித்தான். அண்ணா பொறுமையாகச் சமைக்கிற ஊர் மணக்கிற அவியலை வயிறு முட்டச் சாப்பிட்டான். இஞ்சி ரசமும் சுட்ட அப்பளமும். தயிர்சாதம் நிறைய ஊறுகாயோடு.

சாயங்காலம் கிளம்பும்போது இந்த வேலையை என்னவானாலும் விடப்போவதில்லை என்று மனதிற்குள் முடிவு செய்துகொண்டு கிளம்பினான்.

9

சுப்பரமணியன் என்கிற சுப்பு சார் என்கிற டி.எஸ்.

“மனுசன் இருப்பானேடே.. இந்த பூமியில..” சுப்ரமணியம் சார் புலம்ப ஆரம்பித்து விட்டார். அவனைச் சுற்றி கூடியிருக்கும் கூட்டம் ஒரு மோன நிலைக்கு போயிருந்தது. கச்சேரி ஆரம்பமாகி விட்டது.

“இந்த மண்ணாங்கட்டி ஊர்ல.. ஒன்னுக்கடிக்கணும்னா கூட.. பைசால்ல.. வயக்காட்டுல ஒதுங்கினமா.. வேட்டிய தூக்கினமானுல்ல இருப்போம்..”

செம்பூர் தீபா பாரில் எப்போதும் கூடும் அறை. மதிய வேளையானதால் கூட்டம் குறைவு. சுப்ரமணியம் பொதுவாகப் பேசமாட்டார். திடநிலையில் குறைவாகவே பேசுவார். ஒவ்வொரு பைசாவிற்கும் வட்டி கிடைக்குமா என்று யோசித்துக் கொடுக்கும் செட்டி போல பேசுவார். பேசுவதை விட சிரிப்பது குறைவு.

தீபா பாரில் எல்லாமே எதிர்மறை. அவர் யாரையும் பேசவிடுவதில்லை. நல்ல வார்த்தைகள் வருவது பாரில் கொறிக்கக் கொடுக்கிற கடலைக்குள் எப்போதாவது இருக்கும் முந்திரி போல. நல்ல வார்த்தைகள் பேசுகிறார் என்றால் சரக்கு நன்றாகயில்லை என்றும் அர்த்தம் கொள்ளலாம்.

“இவனுங்க தாயோளி கம்பெனி மூடிட்டு போயிட்டா.. நாமென்ன நடுத்தெருல உக்காந்து நாக்கு வழிக்கவா..” நாலு கடலையை கையிலெடுத்து நசுக்கிப் பார்த்து, சவம் என்று சொல்லியபடியே வாயில் போட்டார்.

“உனக்கென்ன சுப்ரமணியம் பி.ஜீல இருக்க.. குழந்தையா.. குட்டியா.. கொஞ்ச நாள் மூடியிருந்தாலும் தப்பிச்சிரலாம்..”

“ஆமா.. ஆமா.. எங்கபச்சி வீடுல்ல.. நாலுமரக்கோட்டை நெல்லை வந்து ஏத்திருக்கேம்ல.. நா... இருக்கிற வீட்டு ஐயர்.. ஸ்டரிக்ட்... நாய் சரியா குரக்கலைன்னா அது குண்டிலகூட கையவிட்டு நோண்டிபிடுவாரு.. காலகாலத்துல எல்லாம்

டாண்ணு வேலை பாக்க வேணாமோன்னு.. ஒரு டயலாக் வேற அடிச்சிருவாரு.. நல்லவேளை மாமிக்கு தூரம் நின்னு போயி ரொம்ப நாளாயிருக்கணும்.. வாடகை இல்லைன்னா இந்த சூத்திரனுக்கு வராண்டல கூட இடமில்லையாக்கும்.. வாக்கிங் கூட்டிட்டு போகணும், நாய் குளிப்பாட்டணும்.. காய்கறி வாங்கிட்டு வரணும். எப்படியிருந்த குடும்பம்டே.. இங்க வந்து ஜீவிதம் இந்த மாதிரி கழியுது.."

சொல்லிவிட்டு வேகவேகமாய் கலந்து குடிக்க ஆரம்பித்தார். சுப்ரமணியத்திற்கு எல்லாமே சுத்தமாகயிருக்க வேண்டும். பேண்ட், ஷர்ட், மேசை, அக்கவுண்ட்ஸ், மனுசாள், ரம்மி, விஸ்கி எல்லாமே. கலந்து செய்வது அறவே பிடிக்காது. சோற்றில் கலவை சாதம் தேவலாம். மனுசாள்ள கலவை கூடாதுங்கறாங்களே பேப்பயக..

தன்னுடன் படிக்கும் ஐயங்கார் பெண் தன் காதலை ஏற்றுக் கொள்ளாதபோது தன் சமூகத்தின் சமனமின்மை புரிந்தது. சமூகநீதியின் அவசியம் கருதி மேடையில் பேசினால் ஒன்னுக்கு வந்துவிடும் என்பதாலும் எழுத்தாளரானார்.

சமூக நீதி கண்ணாடி போட்ட பின்பு அவருக்கு நிறைய துலங்கியது. தன் அப்பா சோசியம் பிடித்து பார்த்ததைவிட, மேலத்தெரு ஜோசியர் வெங்கடசாலம் என்னத்தை கிழித்தார். வெற்றுடம்பிற்கு மேலே அந்த நாத்தம் பிடிச்ச நூலைத்தவிர என்ன விசேசம். அந்த ஜோசியன் பாப்பார வெங்கடசாலம் அந்த நூலை முதுகு அழுக்கு தேய்ப்பதற்கும், சாவி கோத்துக்கொள்வதை தவிர்த்து எதற்கும் உபயோகித்ததில்லை.

தாங்கள் என்ன ஆச்சாரத்தில் குறைச்சல். ஒத்திகைக்கு கொடுத்துட்டு கால ஆட்டிட்டு சம்பாதிக்கிறான் வெங்கடசலம். அப்பாவிற்கு தெரியாத ஜோசியமா.. எத்தன படிப்பு, எத்தனை தேடல். எத்தனை விரதம்..

என்னயிருந்து என்ன, ஆனால் ஊரே அந்த பாப்பான் பின்னாடி போயிற்று. அவருக்குத்தான் கூட்டம். தம்படி, துட்டு எல்லாம். ஓடைல தண்ணி கொஞ்சம் ஒதுங்குகிற மாதிரி எப்பவாவது இங்கயும் ஒழுகும். ஊரா இது. நீசப்பயலுக..

அப்பாவின் ஜாதகக் கட்டை அவர் இறந்து பதினாலாம் நாள் பிரித்துப் பார்த்தபோது அழுகை அழுகையாய் வந்தது.

வண்டி, வண்டியாய் படித்து வண்டி வண்டியாய் எழுதி, என்ன பிரயோசனம். வந்ததெல்லாம் ஏழை மக்கள். பணக்கார சூத்திரன் கூட ஐயர்ட்ட ஒருவாய் கேட்டுக்கலாம்னு அப்பா முன்னாடியே சொல்லுவார்கள்.

அப்பாவும் 'அப்படியே சிவசிவ' என்பார். மனது வெதும்பி ஒரு வார்த்தை சொன்னதில்லை. வெங்கடாசலம் தான் பார்க்க விரும்பாததை எல்லாம் அப்பாவிடம் அனுப்பிவிடுவார். கோவிலில் பார்த்தால் 'என்னடா நன்னாயிருக்கேயில்லையோ'ன்னு கேட்பார்.

அப்பா அகம் குளிர்ந்து, எல்லாம் அவன் அருளாலே அமோகம்பார். வீட்டிக்குள் பூனை உலவும். அம்மா கண் கசங்காத நாளில்லை.

அம்மா அதிகமாய் அழுவதற்கும் பயப்பட்டாள். அதை சாக்கு வைத்து அப்பா நமச்சிவாயம் நெருங்கினால் எத்தனை முறைதான் வயித்தை தூக்கிக்கொண்டு அப்பா வீட்டிற்கு பிரவசத்திற்கு போவது. அம்மா வீட்டில் கொடுத்த மஞ்சக்காணி சீர்தான் வயிற்று நெருப்புக்கு கொஞ்சம் மழை.

பழைய நினைவுகள் துக்கமாய் தொண்டை அடைத்தது. அது சரக்கல்ல என்று ஊர்ஜிதமான பின், கொஞ்சம் ஏப்பம், குசுக்களை விட்டு வயிற்றை சரிசெய்து கொண்டார்.

வாயு நிதானமான பிறகு வெங்கடசலத்தின் இன்னொரு முகமும் ஞாபகம் வந்தது. ஆழ்மனதிலிருந்து இந்த முகம் எப்படியோ வந்துவிடுகிறது. அது அவரை நிறைய தடவை வாட்டி எடுத்திருக்கிறது. அந்த முகம் வந்தவுடன் இன்னொரு பெக்கையும் வேகவேகமாய் குடித்தார். இப்போது தெளிவாய் அந்தக் காட்சி ஞாபகம் வந்தது. எந்த முகம் வரக்கூடாது என்று நினைப்பாரோ அந்த முகம் மிகத் துல்லியமாய் மேலெழும்பி வந்தது.

அந்த நாட்கள் தனது வாழ்க்கையின் மிகக் கொடூரமான நாட்கள். தானே தன்னை, மற்றவரை சுயவதை செய்து கொண்ட நாட்கள். நல்ல மதிப்பெண் வாங்கியாயிற்று. எப்படியாவது படித்தாக வேண்டும் என்கிற தீ மனதை எரிக்கிறது.

ஆனால் மேற்படிப்பு ஆசையில் மண். வக்கில்லை. பணம் இருக்கிற சுற்றங்கள் இதுக்கு போய் எவன் துட்டு கொடுப்பான் என்று ஏளனமாய் பேசிய காலங்கள். விரலுக்கு தகுந்த வீக்கம் என்று சுற்றம் சொல்ல, நீ குஞ்சுக்கு தகுந்த மாதிரியா இருக்க, கீழத்தெருல என்ன மயித்துக்குடே மேயற.. என்று சுப்புரமணியம் கேட்டுவிட, பெரிய சண்டையாகி சமாதானமாகியது.

அழுது ஓய்ந்து, எங்காவது கணக்கெழுத பட்டிணம் போகலாம் என்கிற நிலையில் ஒருநாள் வெங்கடசாலம் அப்பாவோடு திண்ணையில் உட்கார்ந்து பேசிக்கொண்டிருந்தது காதில் விழுந்தது.

“டே நன்னா படிக்கிற பிள்ளைய ஏண்டா.. நாசம் பண்றே”

வாசலில் அப்பா ஏதோ சொல்கிறார். கடனுக்கு அலைந்த படலமாயிருக்கலாம். தரித்திர சுந்தர காண்டம். வேறென்ன இருக்கும். ஐயர் ஏதோ சொல்லி ஏதோ செய்துவிட்டுப் போனார். பின் அப்பா சுப்ரமணியத்தை படிக்க அனுப்பினார்.

சுப்ரமணியத்திற்கு முதன்முதலாய் தொண்டை உடைந்து அன்றுதான் அழுகை வந்தது. ஓடிப்போய் காலில் விழுந்து அவரைக் கட்டிக்கொண்டு அழணும் போலத் தோன்றிற்று. அழுகை சரி. தொட விட்டிருக்க மாட்டார்.

தனக்காக அவர் வந்து பேசவில்லையென்றால் தான் இல்லை, தன் படிப்பில்லை, பத்தாவது முடித்து விட்டு கலப்பை கையில் பிடித்திருக்கலாம், சமையக் கரண்டியை கையில் பிடித்திருக்கலாம். பட்டினி கிடந்து இறந்தாலும் ஜோசியக் கட்டையை தன் கையில் தொட மாட்டேன் என்று வீட்டுச் சண்டையில் சபதம் செய்திருந்தார். அந்தச் சண்டையில் அப்பாவை நோக்கி சுப்பு சொன்ன வார்த்தைகளுக்காக அம்மை ரொம்ப நாள் பேசாமல் இருந்தாள்.

எப்படியாவது வாழ்க்கை திசை திரும்பியிருக்கும். மேற்படிப்பு முடித்திருக்க முடியாது. பம்பாய் வந்திருக்க முடியாது. “இந்த சுமாரான ஊரில எங்கவே முன்னேர்றது.. அவன.. அனுப்பு.. ஓடிப்போய் பிழைச்சுக்கங்கடா..” அவரின் வார்த்தைகள் இன்னும் காதில் ஒலித்துக் கொண்டிருக்கிறது. அதோடு அந்த முகம் தான் வெறுத்த முகம். மேலெழும்பி வந்து கொண்டேயிருக்கும்.

அவரின் அக்கா வீட்டில்தான் பம்பேயில் வந்து தங்கியது. ஒருவாரம். அவர்கள் உதவியால் வெங்கடாசலத்தின் இன்னொரு சொந்தக்காரர் வீட்டில் மாடுங்காவில் ஒரு பிஜி (பேயிங் கெஸ்ட்) தேடிக் கொண்டது.

வெங்கடசலத்தை பற்றிய நினைப்பு வரும்போதெல்லாம் ராவாக குடிக்கும்போது இருக்கும் கசப்பும், அதற்குபின் வரும் மிதப்புமாய் மாறிமாறி வரும்.

சுப்ரமணியம் அந்த நினைவுகளில் முழ்கிப்போயிருந்தது. மேஜை முழுக்க அமைதியைக் கொடுத்தது. எல்லோரும் குடியும், கருத்துமாய் இருந்தார்கள்.

அது லேடீஸ் பார். ஒருபெண் கூலிங்கான பீர்பாட்டில்களையும் மற்ற ஹாட் பாட்டில்களையும், கொறிப்பதற்கான தட்டுகளையும் நிரப்பிவிட்டு போனாள். கடலை, வெஜிடபிள் தட்டு, குர்முரா பொரி, வேகவைத்த முட்டைகள்.

சுப்ரமணியமும் அவர்களது சகாக்களும் வருகிற நேரத்தில் எந்த லேடீஸ் வெயிட்டரும் சர்வீஸுக்கு வருவதில்லை. தேவையானால் ஆம்பிளை வெயிட்டரைத்தான் சுப்ரமணியம் கூப்பிடுவார். மற்ற லேடீஸ் வெயிட்டரை எப்போதும் ஏறெடுத்துப் பார்த்ததில்லை.

அவர் வெளியே நடந்து போகும்போது எல்லோரும் ஒருவித மரியாதையோடு தள்ளி நிற்பதைப் போன்று தோன்றும். அந்த ஹோட்டலில் இரவுகளிலும் ஞாயிறுகளிலும் கணக்கு எழுதுகிறார் என்றும், ஓனரின் கருப்பு பணத்தை பாதுகாக்கிற நாணய மனுஷன் என்றும் ஒரு செய்தி உண்டு. வதந்தியா ? தெரியாது.

தலையைச் சிலுப்பி நிகழ்கால போதைக்கு வந்தார். மிகப்பெரிய மக்கள் கூட்டம் (நாலு பேர்) தனது பேருரைக்காகக் காத்துக் கிடப்பதை உணர்ந்தார்.

"மேடம் ரூபியா.. எழவெடுத்த எரப்பாளி சிறுக்கி.. அவளுக்கு இந்த பார் வேலை கூட கொடுக்க மாட்டேன்.. நா.. எடுத்த வாந்திய தொடக்க கூப்பிடலாம்.. அவ போட்ட லாக்குல்லவே இது.. கம்பெனில பைசா காச்சு தொங்குதுல்ல.. என்ன மசுத்துக்கு லாஸ்ஸின்னு காட்டிமுடுதான்.. என்ன செய்ய.. நம்ம அனந்து சாரு. .அவளோட.. பொச்சுக்குள்ளல்லவே விழுந்துகிடக்காரு..

மனுசன் குளிச்சு, தின்னு, கழுவறது எல்லாம் அவளோட சாமனுக்குள்ளயில்ல ஜோலியே நடக்குது.."

எல்லோரும் சிரித்தார்கள் நமட்டாய்.. சிலர் வெட்கப்பட்டார்கள். சிலர் உச் உச் எனக் குரல் எழுப்ப சுப்ரமணியத்திற்கு ஊக்கம் வந்தது.

"ஊர் உலகத்துல இல்லாததா.. நானே.. நக்கியிருக்கேன். .காலேஜ் படிக்கையில.. ஊர்ல பிச்சை வாங்கிப் படிச்சபோதே.. கீழே பழுத்துல்ல தொங்கிச்சு.. காலேஜ் போறதுக்கு முன்னாடி பக்கத்து வீட்டு கொல்லைல போயி ஒரு உறிஞ்சிட்டுல்ல வெளிய கிளம்பிறது.."

கொஞ்சம் கடலையை ஸ்டைலாய் எடுத்து வாயில் போட்டுக்கொண்டார். சின்னதாய் சிப்பிவிட்டு,

"நாதியத்த நமக்கே இப்படி தூக்குதுன்னா, சாருக்கு என்ன பணம், என்ன அறிவு.. கிளி மாதிரி மாமியிருந்தாலும், ஒரு குரங்கு வேணும்லா.. நம்மாளு குரங்காடே.. அப்படி சொல்லப்படாதுல்ல.. சரியான மலையாளாக் குட்டியாச்சாடே.. எந்த தண்ணில எவ்வளவு ஊறினாலும் மாவடு ஆகறதில்ல.. அது ஊர் உடம்பில்ல.. நம்ம சார்வாள், அங்க கால வைச்சு வழுக்கி விழுந்து உள்ள நீச்சல் அடிச்சிட்டிருக்காரு.. என்னிக்கு புத்தி வந்து.. வெளிய வந்து.. நல்ல காலம் பொறக்க.. கம்பெனி திறந்தாலும் நம்ம ராட்சசி—யில்ல.. ஆட்சி பண்ணுவா.. எவன் பெரிசா மணியாட்டுதானோ அவனுக்கில்லேடா இங்க கேரியர் இருக்கு.."

வார்த்தைகள், வார்த்தைகள். பேசிப்பேசி தங்களது பயத்தைச் சாப்பிட்டுக் கொண்டார்கள்.

எல்லோருக்கும் வயிறு கவ்வியது. உள்ளே போன சரக்கு வாந்தியாய் வெளிவரும் போல உணர்வு. நகரமே தீயாய் பறந்து கொண்டிருக்க, மூடிய கம்பெனி எப்போது திறக்கும் என்று தெரியாது. யார் யாருக்கு நண்பன், பகைவன் என்று தெரியாது. எதை எதிர்க்க, யாரை எதிர்க்க என்றும் தெரியாது.

எதிர்க்கணுமா, வேண்டாமா என்றும் தெரியாது. இது உங்களுக்காக இல்லை என்று மறைமுகமாகச் சொல்லப்பட்டாலும் பதைபதைத்த தினங்கள். மதிய நேரத்தில் உட்கார்ந்து நிதானமாய் தண்ணி அடிக்கும் மக்கள் அல்ல அவர்கள்.

தினமும் காலை எழுச்சி, இரயில் பிடிப்பு, அலுவலகம் போதல், ஏதோ வேலை, மதியச் சாப்பாடு, கடின உழைப்பு, புலம்பல், மத்தவனோடு ஒப்பிடல், அழுக்கு, ரவா, இன்னா சொல், குற்றவுணர்வு, சோர்ந்து போதல், இரயில் பிடித்தல், வீடு திரும்புதல், உறங்குதல், வார இறுதிகளில் கொஞ்சம் சோம்பேறித்தனம், கொஞ்சம் சொகுசு, சுய மற்றும் வெளிக்கலவி, கோவில், சாமி, விடுமுறை பற்றிய கவலை, அடுத்த முறை ஊருக்கு போவது பற்றிய கனவு - இப்படியான மெட்ரோ வாழ்க்கை சீட்டுக்கட்டை குலைத்த மாதிரியான இந்த கதவடைப்பை தனது உலகம் பற்றி மட்டுமே அக்கறை கொண்ட அந்த மத்திமர்கள் கையாளத் தெரியாமல் தரையில் விழுந்த மீனாய் துடித்தனர்.

குடிபோதையில் பேச்சில் பயத்தின் ஸ்வரம் எகிறியிருந்தது. பேருக்கு வெறுமனே குடித்த ரமணிக்கு பயம் அதிகமாகியது. ஒன்னுக்கு வந்த்து. கொஞ்சம் இருட்டான் பாத்ரூமிற்குள் போனபோது வழுக்கி விழுந்தான். கொஞ்சம் மயங்கியது போலவுமிருந்தது.

அப்போதிலிருந்து அவனுக்கு இரத்த அழுத்த்திற்கான நோய் ஆரம்பம் சுபமாய் ஆரம்பமாகியது. அவனது தலைமுறையிலே சின்ன வயதில் அனைத்து நோய்களையும் வெகு விரைவிலே வரப்பெற்றவன் என்கிற சரித்திரப் பெயரும் அவனுக்கு உண்டு. பயத்தோடும் பேராசையோடும் வளர்ந்த நோய்கள் அவனது 58-வயதில் சந்நியாசம் ஏற்ற பின்புதான் ஓரளவு மட்டுப்பட்டன.

9.1

விழுந்து எழுந்து தெளிவதற்குள் சுப்ரமணியம் தனது மலைப் பிரசங்கத்தை முடித்து கீழே இறங்கியிருந்தார்.

“என்னடா. சொல்றாரு..” சுந்தரை கேட்க, “என்னத்த சொல்லப் போறாரு.. ஊருக்கு நாளைக்கே கிளம்ப போறேன். இந்த மயிராண்டி வேலய எவன் பாப்பான், அனந்தராமன் ரூபி பின்னாடி நக்கிட்டு போறவரைக்கும் கம்பெனி நாறத்தான் போறது. ரூபி காம்ளே பண்ணின இன்ஸல்டுல தான் காம்ளே அவங்க கட்சிக்கு போட்டு கொடுத்துட்டான். எல்லா கருப்பு பணத்தையும் சுருட்டிகிட்டு கம்பி நீட்டினா கூட இந்தாளு வாயத்திறக்க முடியாது. எந்த நேரத்திலயும் இந்த சேனாப்பசங்க போட்டு தள்ளினாலும் போட்ருவாங்க..”

“டேய்.. இதெல்லாம் தெரிஞ்ச மகாபாரதக் கதைதானடா.. முக்கியமான சொல்யூசன் ஏதாவது சொன்னாரா..”

“இந்த மாதிரி பிரச்சனைகள சால்வ் பண்ற பக்கா மூளைக்காரன் முரளி குருமூர்த்தி ராவாம். அனந்தராமன் சார். அவன்ட்ட பேசிட்டாராம். அந்தாளு இதில்லாம எக்ஸ்பெர்ட்டாம்..”

“அவன் யாருடா..”

“இந்த மாதிரி பிரச்சனை எங்க வந்தாலும் அங்க போய் பேசி, பிரிச்சி, மேய்ஞ்சி, நாய் அப்பத்தை பங்கு போட்ட கதையா எல்லாத்தையும் பிச்சி கொடுத்துட்டு அவனே நிறைய தின்னிட்டு போவான்.. நமக்கு ஒரு ஆயிரம் கொடுக்கணும்னா. ஒக்காலி. மூக்கால அழுவாங்க.. இப்ப பாரு எக்ஸ்பெர்டு, மயிராண்டின்னு.. இவனுங்கள்லாம் ஐயா குடி, அம்மா குடின்னு. அள்ளிட்டு போறாங்க.. எல்லா பிரச்சனையும் முடிஞ்சின்னா.. சலா. இன்க்ரிமெண்ட் கேக்கணும்டா..”

ஆச்சரியமாயிருந்தது ரமணிக்கு. சுந்தரால் இழவு வீட்டில் கூட கொள்ளிக் கணக்கு பார்க்க முடியும். தனக்கோ எப்படியாவது பிரச்சனை முடிந்து, மாச சம்பளத்துக்கும், வேலைக்கும் குந்தகம் வராமல் இருந்தால் போதும் என்று தோன்றியது.

“கம்ப ராமாயணம் படிச்சிருக்கியா.. சுந்தரா..” சுப்ரமணியம் லேசான மிதப்போடு கேட்டார்.

“ஸ்கூல்ல படிச்சது சார். இப்ப இதுக்கெல்லாம் எங்க நேரம் சார்..”

“அது சரி.. கம்ப்யூட்டர் படிப்பு படிச்சிட்டு.. அவன் அவன் பறந்துல்ல போகான்.. படிங்கடே.. படிச்சுட்டு நல்லாயிருங்க.. நாசமாப் போன இந்த கம்பெனில ரொம்ப நா.. குப்பை கொட்டாதீங்க கேட்டீகளா..”

“எல்லாம் சரியாயிரும்.. சுப்பு சார்.” ரமணி சொன்னான்.

“ஆமா. ரூபியோட சூத்து நேராகி, முலை தரை மட்டமாகி, அனந்துக்கு குறி விறைப்பெடுக்காம போன எல்லாம் சரியாகி போயிடும் பாத்துக்க.. ஊர்லயிருந்து கலக்கி ஒரு லேகியம் வாங்கிட்டு வந்திருக்கலாம்ல .. ரமணி..”

எல்லோரும் சிரிக்க, நிலமை கொஞ்சம் இலகுவானது. மற்றவர்கள் சிரிக்க, இன்னொரு ரவுண்டிற்கு தாவினார் சுப்பு சார். அந்த ரவுண்டு முழுக்க, முழுக்க காம சூத்திரம்தான்.

வேலை பயத்தை, பண பயத்தைப் போக்க, எப்போது கம்பெனி திறக்கும் என்ற கவலை பயத்தை விரட்ட அந்தக் கொசுவர்த்தி சுருள் தேவையாயிருந்தது.

9.2

திடீரென்று அந்த பாருக்குள் போலிஸ் நுழைந்தது. எல்லோரையும் அடித்து இழுத்துக் கொண்டு போனது. பெண்களை தள்ளிக்கொண்டு போனது. சில பெண்கள் அவசரப்படாமல் நடந்து போனார்கள். சில பெண்கள் ஓடிக்குதித்து கக்கூஸ் வழியாக வேறுவாசல் வழியாக ஓடினார்கள். ஒரு நிமிடத்தில் பாரே அல்லோலகப்பட்டது.

அந்த அறைக்குள்ளும் நுழைந்து எல்லோரையும் வெளியேவரக் கட்டளையிட்டான் அந்த போலிஸ்காரன். எல்லோருக்கும் தொடை நடுங்கிற்று.

அலுவலக கவலை மறந்து, சடக்கென்று மாபெரும் பயம் ரமணியை விழுங்க, அவன் சுந்தரின் கையை இறுக்கி பிடித்துக் கொள்ள முயன்றான். வியர்வை ஊற்று கொட்டிய கை. சுப்பு சார் எழுந்திருக்காமல் உட்கார்ந்திருக்க வந்த போலிஸ் சடக்கென்று அவர் கன்னத்தில் ஒரு அறை விட்டான்.

10

வாய் ஒழுகத் தூங்கும் அனந்தராமனைப் பார்த்தபடி நின்றாள் ரூபி. படுக்கையிலிருந்து எழுந்து கண்ணாடி முன்னால் நின்றாள். முக்காலுக்கு மேலான நிர்வாணம் அணிந்த தன்னுடலை பார்க்க தொடங்கினாள். தலையிலிருந்து ஒவ்வொரு பாகமாய் கீழிறங்கி. மார்பைக் குறுக்கி, சுருங்கி, விரித்து, பக்கவாட்டில் பார்த்துக் கொண்டாள். திருப்தியாயிருந்தது. வயிற்றைத் தடவிவிட்டுக் கொண்டாள். தொடைப் பக்கத்திலிருந்த ஈரத்தை டிஸ்யூ பேப்பரால் துடைத்துக் கொண்டாள்.

சடக்கென்று கொப்பளித்து அடங்கியது ஆங்காரம். வேகமாய் இன்னொரு பேப்பரால் துடைத்துக் கொண்டாள்.

மறுபடி தொடை வழியே பயணம். வளைந்து வந்த கால்கள், சின்னதாய் கறுப்பு சாக்ஸ். அனந்தராமனுக்கு அப்படி போட்டுக்கொள்வது பிடிக்கும். சாக்ஸை கழற்றி எறிந்தாள். கழற்றும்போது மெட்டியில் சின்னதாய் மாட்டிக்கொண்டு இழுத்தது. மறுபடியும் மிக ஆங்காரமாய் இழுத்தாள். கருப்பு சாக்ஸ் கிழிந்து கையில் வந்தது.

அதை தூக்கி எறிந்தபின் நன்கு சீவி விடப்பட்ட கால்விரல் நகங்கள் சந்தோஷமளித்தன. மெல்ல தன் உடலைத் தடவிக் கொடுத்து பாராட்டிக் கொண்டாள். வயிற்றுப் பகுதிக்கு வந்தபின்பு இன்னும் கொஞ்சம் உடற்பயிற்சி செய்து இறுக்கிக்கொள்ள வேண்டும் என்று நினைத்துக் கொண்டாள். நீளமான கழுத்து எப்போதும் பிடிக்கும். தலைமுடியைப் பற்றி சொல்லவே வேண்டாம். எப்போதும் அமைதியாய் அதை தடவிக்கொடுத்தாலே போதும். எல்லா சந்தோசமும், தூக்கமும் மறைந்து வெறுமனே ஆகிவிடும்.

இது தரவாட்டில் அம்மாவிடமிருந்து கற்றது. ஊரிலிருந்து அம்மா மும்பைக்கு வரமாட்டேன் என்று சொல்லிவிட்டாள். அப்பாவிற்கு செம்பூரில் பாபா அட்டாமிக் செண்டரில் வேலை. அம்மாவிற்கு பெரிய நிலம். பெரிய நாயர் தரவாடு என்றால் அவ்வளவு மரியாதை. புழங்கும் பாட்டிவீட்டு பணம்.

10.1

அங்கே போகாதே, இங்கே நிற்காதே, பாட்டுப்பாடி, நடனமாடு, டிவி பார்க்காதே, நண்பர்கள் வேண்டாம் என்று கொடூரக் கலாச்சார முட்வேலிக்குள் கழிந்த பதினைந்து வயது. அப்பாவிற்கும், பாட்டிற்கும் தரவாட்டு வாசனை வந்துவிடுமே என பயம்.

பத்தாவது வகுப்பின் குறைந்த மதிப்பெண்ணை தினமும் சொல்லிக் காட்டும் அப்பா. நாயர் சமூகத்தில் தலை காட்டமுடியவில்லையாம்.

“டாட்.. ஸ்டாப் திஸ் நான்சென்ஸ்” என்று கத்திய அந்த நாளைக்குப் பின் அப்பாவிடம் முகம் கொடுத்து பேசுவதில்லை. மார்க்.. மார்க்.. மண்ணாங்கட்டி மார்க்.

அப்பாவும் என்ன செய்வார். சுற்றிலும் இருக்கிற தென்னிந்திய குடும்பங்களுக்கு மானம், மரியாதை, துண்டு, வேட்டி, ஜட்டி, இட்லி, தோசைக்கு அடுத்தது மார்க். குழந்தைகளின் மார்க்கை வைத்து அவரின் தந்தைமை சந்தை மதிப்பு.

அம்மா இல்லாமலே இவ்வளவு வளர்த்திருக்கறே.. என்று யாரோ ஒரு மண்ணாங்கட்டி மாமா சமாதானம் சொல்ல, அப்பா இன்னும் காயப்பட்டுப் போனார்.

எவ்வளவோ செலவு செய்து டியூசன் வகுப்புகளுக்கு அனுப்பினார்தான். தன்னால் ஏன் படிக்க முடியவில்லை என்று இன்று வரைக்கும் ரூபிக்கு புரியவில்லை. படித்து உயரும் இந்த மத்திய வர்க்கத்தின் நண்பர்கள் மீது அசாத்திய எரிச்சல். அவர்கள் அப்பா உலகின் ஆதர்ச குழந்தைகள்.

மக்கு குஜராத்திகள், திம்மென்று உடம்போடு வாழ்க்கை அனுபவிக்கும் பஞ்சாபிகள், தொண்டை கிழிய சண்டைபோட்டு நரித்தனமாய் கழுத்தறுக்கும் சிந்திகள், பணக்கார பாவனைகளோடும் நுண்ணிய நாகரீகத்தோடும் டில்லிவாலாக்கள், எதற்கும் தயாராய் இருக்கிற ஈரானிகள் என்கிற தோழர் குழாம் பிடித்துப்போய் விட்டது?

அம்மாவிற்கு அப்பா தவிர இரண்டு மூன்று தொடுகையிருந்தது. குழந்தை மட்டும் அப்பாவிடமிருந்து. வெளித்தொடுகை அப்பாவிற்கு தெரியாததல்ல. பாட்டியைப் பார்த்து அம்மா கற்றுக்கொண்டது. தரவாட்டு பழக்கம். முன்னெல்லாம் வெளிப்படையாயிருந்தது இந்தக் காலத்தில் கொஞ்சம் இலைமறை காயாய்.

அம்மாவிடமிருந்து ரூபி இதைக் கற்றுக்கொள்ளக் கூடாதென்பதற்காக அப்பா எவ்வளவோ முயற்சித்தார். நிழலுக்கு இறைத்த நீர்.

ரூபி நாயர் இல்லை ரூபி ஜெயமோகன் (தான் காதலித்து கல்யாணம் செய்து கொண்ட அப்பா போல ஒரு நிலையான கணவன்) வேண்டாம்.

பள்ளிகளில் அப்பா பெயர் கூட வந்தது. கொஞ்ச நாள் கல்யாணமான புருஷன் பெயர். இப்போதெல்லாம் வெறும் ரூபி என்று மட்டுமே இருக்கும் கையெழுத்து. எல்லா பெயர்களும் தன்னை கீழே இழுக்கின்றன. தனக்கு வேணுங்கிற வாழ்க்கையை அமைத்து கொண்ட அம்மா ஞாபகம்தான் இப்போதெல்லாம்.

தனது மகள் மீதும் எதன் மீதும் மிகப்பெரிய பாசமில்லை. வெறுப்புமில்லை. தன்னைத் தவிர அவள் எதையும் அதீதமாய் விரும்பியதில்லை. கிட்டத்தட்ட அம்மா மாதிரிதான் நானும் போல.

யோசித்துக்கொண்டே கண்ணைப் பார்த்தாள். கண்ணாடியில் கண். பெரிய விழி. ரொம்ப நாளைக்கு முன்னால் மையிட்டு மறைந்து போன தடங்கள். எத்தனையோ சாயங்கள் விழிமயிரில். கண்ணுக்கு கீழே சின்னதாய் வளையங்கள் வந்தது போல பிரமை. கண்ணாடிக்குப் பக்கத்தில் போய் உற்றுப் பார்த்தாள். அப்படி எதுவும் இல்லாதது ஆசுவாசமாயிருந்தது. மறுபடியும் உற்றுப் பார்த்து அப்படியே நின்றாள். உள்ளே நிறைய தெரிந்தது.

சாப்பாடு, தீனி, உடம்பை பார்த்தல், உடம்பை பார்ப்பதை ரசித்தல் என்கிற வட்டம் படிப்பை தூரத்திற்கு அனுப்பியது.

கல்லூரி சேர்ந்ததே வேலைக்கு போவதற்குதான். சண்டை போட்டு சௌத் இண்டியன் பள்ளியில் சேரமாட்டேன் என்று டவுனுக்கு போய் ஏதோ ஒரு மூன்றாந்தர கல்லூரியில் ஆர்ட் குரூப்பில் சேர்ந்து கொண்டாள். காலேஜுக்கு போவதுபோல் பாவனை செய்து வேலை, சுற்றல், ஆண் நண்பர்கள், கைத்தடியாய் சில பணக்கார பெண் நண்பிகள் என உலகம்.

காலை ஏழிலிருந்து பத்து வரை கல்லூரி. அதுவும் போனால்தான் உண்டு. உடனே வேலைக்கு சேர்ந்தாள். இரவு ஒன்பது மணிக்கு மேலே வீட்டிற்கு வருதல். தனக்கென பணம். வெகு சுலபமாக இழைந்து வரும் பொய்.

முதல் வேலை டாடா டைரக்டரியில் விளம்பரம் பிடித்தல். பெரிய மனிதர்களிடம் பேசி விற்கும் வேலை. முரளி தியோரா மேனேஜர். படிப்பை பாதியில் விட்டவன். விளம்பரப் புலி. அவன் ஆதர்சன புருஷனாய் இருந்த நாலு வருட வேலை. அடிப்படை அத்தனையும் அத்துபடியானது.

மார்க்கெட் அடையாளம் காண்பது, அப்பாயிண்ட்மெண்ட் பிக்ஸ் செய்வது, முதல் விசிட்டிங்கில வாடிக்கையாளனை அளந்து வளைத்துப் போடுவது என. முரளி அணு அணுவாய் சொல்லித் தருவான்.

குறைந்த நேரத்தில் அதிகமான விளம்பரம் பிடி. தேவையற்ற பேச்சு என்று நமக்கு இல்லை. அவனிடம் ஏதாவது பேசு. எங்காவது மீன் வரும். கொக்கி கிடைக்கும். எப்போதும் வியாபாரத்தை பற்றி பயப்படாதே. நீ டார்க்கெட்டை பார்த்து பயப்படுகிறாய் என்றால் அது குரைக்கிற நாய். அது உன்மீது பாய்ந்து விரட்டும். அது உன் பின்னே வாலாட்டிக் கொண்டு வரவேண்டும். இந்த சந்தையில் எத்தனை லட்சமும் விளம்பரம் வசூலிக்கலாம். விளம்பரம் கொடுப்பவன் அவன் பேராசையால் கொடுக்கிறான். பேராசைக்கு ஒரு அளவிருக்குமா என்ன ? நீ விற்பது பேராசையை.

அதே நேரம் அதிகமாய் உழைத்து விடாதே. உனது கம்பெனி உன் மீது நிறைய டார்க்கெட்டை குவித்துவிடும். உன்னால்

முடிந்தாலும் அதில் பாதியையே கூறு. அதற்கு மேல் பண்ணிக் காண்பி.

எந்த வியாபாராமும் இலகுவாய் வந்தாலும், நீ கஷ்டப்பட்டதாக காட்டிக்கொள். நிறைய அலைவதாக கொஞ்சம் அலட்டிக்கொள். கொஞ்சம் கவலையாய் இருப்பதாய் காட்டு. சடாரென்று உற்சாகமாய் வேலை செய்து நிறைய ஆர்டர் வருவதாய் கொடு. அதாவது உனது வியாபாரம் அமைதியான ஓடையாய் இருந்தாலும் நீ ஏதோ கடலில் இருப்பதாய் மேனேஜ்மெண்டிடம் காட்டு. ஒவ்வொரு நாளும் அவனிடம் மிகப்பெரிய போர் புரிவதாய் நடி.

எப்போதும் சின்னதாய் பேசாதே. உனது குறைகள் என்று எதுவும் இருக்கக் கூடாது. அதெல்லாம் கம்பெனியின் குறைகள். சந்தைப் பிரச்சனைகள். நிறைகள் என்று எதுவும் சந்தைக்கும் இல்லை. கம்பெனிக்கும் இல்லை.. உன்னால் தான் விளம்பரம் வந்தது என்று நம்பு. நம்ப வை. பெரும்பாலான நிறைகளை நீயே எடுத்துக்கொள்ள வேண்டும். நிறைய நாள் ஒரு நிறுவனத்தில் இருக்காதே. ஓடிக்கொண்டே இரு.. தாவிக் கொண்டேயிரு..

எவனையும் நம்பாதே.. நம்பாததை அவனிடம் காட்டாதே... நிறுவனத்தில் நடக்கிற ஒவ்வொரு அசைவும், மானேஜ்மெண்டின் மனமாற்றமும், சந்தையில் நடக்கிற மாற்றமும் ரொம்பவே முக்கியம்.. உன்னை முதலில் பாதுகாத்து கொள். உனது வேலை, உனது பணத்தை.. நீதான் உனக்குத் துணை.. நீயே உன்னை பார்த்துக்கொள்ளா விட்டால் கிருஷ்ண பகவான் வந்தா சேலை தருவார் ?

அவனது சிகரெட்டை வாங்கி தனக்கும் பத்த வைத்துக்கொண்டு நரிமன் பாயிண்டின் வீதிகளில் வலம் வந்தபடியே கிடைத்த அறிவுரைகள், அறவுரைகள்தான் அவளது கேரியரின் அஸ்திவாரம். வளர வேண்டும், வேகமாய் வளரவேண்டும், நிறைய பணத்தோடும், பதவியோடும் உலவ வேண்டும் என்கிற வெறித்தனத்தோடு துடித்துக் கொண்டிருந்த விதைக்கு தண்ணீர் ஊற்றி வளர்த்தது முரளி தியோராதான்.

முரளி சொன்னது தான் அலுவலக வாழ்க்கையின் வேதம். அது ஒரு குருகுலம் போல. அத்தகைய நாட்களில் தான் எத்தனை சுகந்திரம். அங்கிருந்து பார்க்க உலகம் மிகச் சின்னதாய் தெரிந்தது.

அவனது ஆளுமை ரொம்ப பிடித்துப்போய் இலட்சுமண ரேகையை தாண்டும் கணங்கள் நிறையவே இருந்தன.

முதலில் தைரியத்தோடு ஒருநாள் அவனிடம் காதல் சொன்னபோது தனது காதலியை அறிமுகம் செய்து வைத்தான். அமைதியாய் வீட்டுக்கு பயந்த பெண்ணாயிருந்தாள் லதா. முரளியின் சாய்ஸ் திகைப்பாயிருந்தது. இவன் தனது வாழ்க்கை, அலுவலக வாழ்க்கை என்று இரண்டு கூறுகளாய் இருந்தான்.

"ரூபி எனது சொந்த வாழ்க்கையை மிக எளிதாக, அமைதியாக செலுத்த விரும்பும் படகோட்டி.. எனக்கு கடல் பயணங்களின் சவால்களை சொந்த வாழ்க்கையில் சந்திக்க விருப்பமில்லை.. அலுவலக வாழ்க்கையை தெளிந்த நீரோடை போல வைத்துக்கொள்ளவும் விருப்பமில்லை"

காதலியாக முடியவில்லை என்றால் என்ன? அவனே குனிந்து தனக்கு சிகரெட் பற்ற வைக்க வரும் நேரங்களில் சடக்கென்று அவனின் இதழ் கடிக்கலாமா என்றுகூட தோன்றி உடல் பறக்கும்.

ஆனால் முரளி தெளிவானவன். தனது காதலியைத் தவிர வேறெவரின் மீதும் தனது விரல் நகம் கூட பட அனுமதிக்காதவன். அப்படி வாழ்ந்த, வாழும் அவனின் முகம் ஞாபகம் வரும்போதேல்லாம் ஏதோ செய்கிறது.

தனது காதலியுடனேயே திருமணம், அந்த பெரிய இதழில் விளம்பர டைரக்டர். லதா அவனது குழந்தைக்கு அம்மா. அலைகள் இல்லாத நீரோடை.

அவன் காதலியாய் இல்லையே என்கிற ஆழ்வருத்தம் இன்னும் உள்ளுக்குள் அவ்வப்போது எட்டிப்பார்க்கும். ஒருவேளை அவனோடு மனைவியாய வாழ்ந்திருந்தால் தன் பெண்மை பாம்பு வாலைச் சுருட்டிக்கொண்டு அவனது காலடியிலே இருந்திருக்கலாமோ என்று தோன்றும். நாமும் லதா போல?

முடியாது என்று தோன்றிற்று. நான் தரவாட்டு இரத்தம். அடங்காப் பெண்மை. ஆண்மை ஓங்கிய பெண்மை. அதுவே தனது பலமும் கூட. இல்லாவிட்டால் இந்த குறுகிய காலத்தில் இவ்வளவு உயரத்தில் வந்திருக்க முடியாது.

சொந்த வாழ்க்கை, அலுவலக வாழ்க்கை இரண்டையும் தெளிந்த நீரோடை போல வைத்துக்கொள்ள முடியவில்லை. விருப்பமுமில்லை. வளர்ந்து, வளர்ந்து கொண்டேயிருக்க வேண்டும். தெளிந்த நீரோடைகளின் வேகம் தனக்கு ஒத்து வராதது.

அப்போதிலிருந்து பயமில்லை. நிறைய நாய்கள் முதலில் குலைத்தாலும் பின்னால் வாலாட்டிக்கொண்டு வருகின்றன. சில நாய்கள் குலைத்துவிட்டுப் போய்விடும். சில நாய்கள் அமைதியாய் தன்னைச் சுமந்து கொண்டு தான் போகும் மலை நோக்கி பயணிக்கின்றன.

நாய்களின் முதுகில் பயணம் பண்ண கற்றுக் கொண்டாயிற்று.

தன்னுடலை பார்த்துக் கொண்டதும், தனது வாழ்க்கையை ஒரு ரீவைண்டு செய்து கொண்ட பின்பும் உற்சாகமாய் உள்ளாடை மட்டும் அணிந்து கொண்டாள்.

10.2

அனந்தராமன் வாயில் எச்சில் ஒழுக இன்னும் அமைதியாய் தூங்கிக் கொண்டிருந்தார். வயதின் அலுப்பு. வயதை விட ஆண்களுக்கு மனதில் அலுப்பு உடனே தட்டிவிடுகிறது. அதே உடல், அதே பேச்சு, அதே இடம், அதே செயல் என்பதால் இருக்கலாம்.

உடல் தொடுகை ஏற்பட்ட முதல் வருடங்களில் அனந்தராமன் காட்டிய வேகம் ஆச்சரியமளிக்கும். முயக்கம் அதற்கு பின்னான நீண்ட அலுவலகப் பேச்சு, பெரிய பெரிய கனவுகள் அது கொடுக்கிற கிக்கில் மறுபடி முயக்கம்.

முயக்கத்திற்கு நடுவில் ஏற்படுகிற அந்தப் பேச்சுக்காகவே ரூபி காத்திருப்பாள். அனந்தராமன் தான் ஐஐமில் படித்தது, வியாபாரத்தின் மூலை முடுக்கெல்லாம் சொல்லும் நுணுக்கப் பேச்சு, எவ்வளவோ சில்லறைத்தனமான கேள்விகளுக்கும் பதில், மேலும் மேலும் பணம் சேர்க்கும் வழிகள், அலுவலகத்தில் வேலை பார்க்கும் ஒவ்வொருவர் பற்றிய அந்தரங்க பேச்சு, இதெல்லாம் தெரியாமல் வெறுமனே வீட்டில் அவியல் செய்யும் தனது வீட்டுக்காரி என நீளும் பேச்சு.

சடக்கென்று சந்தோச மிகுதியில் மறுபடியும் ஒரு கூடல். வேலை பொருட்டு ஒவ்வொரு ஊராய் பயணித்தல். ஆனால் யாரும் அறிந்துவிட முடியாதபடி ஏதேச்சையாய் சந்திப்பது போல நிகழ்வுகளை அமைத்துக் கொள்ளுதல். புகையிருக்கும் என தெரிந்தாலும் எரிகிறது என்று திட்டவட்டமாய் பேசிவிட முடியாதபடியான தயாரிப்புகள்.

அனந்தராமனின் சில தூரத்து சொந்தக்காரர்கள் அலுவலகத்தில் வேலை செய்வதால் வீட்டிற்கு கசிவது வாய்ப்பு உண்டு எனினும், முழுக்க முழுக்க வெளியே கொட்டிவிடாமல் பார்த்துக் கொள்ளும் நுட்பம். இவையெல்லாம் ஒரு தனிச்சுகத்தைக் கொடுத்தது.

இது ஒன்றும் இவருக்கு மட்டுமே கொடுக்கும் உடம்பல்ல. எத்தனை விழுந்தாலும் சுத்தமாய் இருக்கும் தனது உடம்பு. அதை தானே பார்த்துக்கொள்ளும் சுகம் எப்போதும் தொலைவதேயில்லை. இது ஒருவருக்காக சிறைப்பட்டு எரியப் போகிற உடம்பல்ல என்று உள்ளிருந்து ஒரு சொல் ஒலித்தது.

இந்தப் போட்டியில் எத்தனையோ பேர் எரிந்திருக்கிறார்கள். உடல், ஆளுமை அதனை யாருக்கும் விட்டுக்கொடுக்காது தன் வெளிப்போராட்டம். தனது தடைகளை உடைத்து, கூட வருபவர்களைத் தாண்டி, அழித்து தான் மட்டும் உள்ளே போய் உட்கார்ந்து கொள்ளும் விந்து போல தன் புற உலகம்.

சியாமளா, எலிசபெத், வில்லியம்ஸ் நிறைய நண்பர்களை கூடவே வந்தவர்களை தாண்டி தான் மட்டும் இந்த இடத்திற்கு வந்தாச்சு. வளர்ச்சி. அபரிமிதமான வளர்ச்சி இருக்க வேண்டும். நான் மட்டும் படர்ந்து வளர வேண்டும். தன்னைப்போல யாரும் படராது பார்த்துக்கொள்ள வேண்டும். படர்ந்தால், தான் படர்வது தெரிந்தால் வெட்டித் தூக்கி எறிய வேண்டும். தான் வெறும் படரும் கொடியாயில்லை. தானும் மரமாய், இதே இடத்தில், வேரூன்றி மரம் போல வேறின்றி நீர் உறிஞ்சி ஒளி புகுந்து தானும் மரமாய்.

இனி வாழ்நாளெல்லாம் இங்கதான் இருக்க வேண்டும். இது என் தரவாடு. இந்த மூட்டைகள் வளர்ந்து வளர்ந்து நான் மட்டும் பெரிதாக வேண்டும். அனந்தராமன் அசைந்து எழுந்தார். கறுப்பு சாக்ஸை தேடி அணிந்து கொண்டாள்.

10.3

பக்கத்தில் உரசி உட்கார்ந்து கொண்டாள். காலை தூக்கி மடியில் வைத்துக்கொண்டு வருடியபடியே பேசுவார் என்று எதிர்பார்த்தாள். பின்னங்கால் பிரியர். ஆனால் அனந்தராமன் எதுவும் செய்யவில்லை. தள்ளி உட்கார்ந்து கொண்டு சிகரெட் பெட்டி தேடி, தானே கொளுத்திக் கொண்டார்.

"குருமூர்த்தி ராவ் வந்தாச்சுல்ல.. பயப்படறதுக்கு ஒன்னுமில்ல." ரூபி சொன்னாள்.

"ஹூம்.." மறுபடியும் அமைதியானார். இவ்வளவு அமைதியாய் இருந்ததில்லை. பெரிய ஆர்டர் இழந்த கணங்கள், ரெயிடு வந்து இன்கம்டாக்ஸ் தொல்லை கொடுத்த கணங்கள், அடுத்த மாதம் நிதி நெருக்கடி கடினம் என்கிற தினங்கள், வீட்டிற்கு தங்களது உறவு அரசல் புரசலாய் தெரிந்த உறவுச்சிக்கல் கணங்கள், பங்குச் சந்தை சரிந்து தயாரித்து வைத்திருந்த மென்பொருட்கள் எல்லாம் குப்பை தொட்டியில் போன சம்பவங்கள் - அப்போதெல்லாம் இல்லாத அதீத மௌனம். கடந்த ஆறு வருட அந்தரங்க வாழ்க்கையில் இப்போதுதான் ரூபி பார்க்கிறாள்.

கோபம், கண்டபடி திட்டுதல், மற்றவனை படுமட்டமாய் பேசுதல், என்னவாகுமோ என்கிற பயம், தெளிவற்ற சிந்தனையற்ற நேரம், குழப்பமான தீர்வுகள் கொண்ட நேரம் எல்லாவற்றிற்கும் மருந்து ரூபியிடம் இருந்தது. வெறுமனே சிரித்துக்கொண்டே கேட்டுக்கொண்டேயிருப்பாள்.

அதுபோதும். அவர் பேசப்பேச அவளது உடல்மொழியும் மாறும். அவரின் பயத்தை தாங்கும், குழப்பத்தை தாங்கும். மேலும் குழப்பும். அல்லது அதுவாகப் பேசித்தீருவது வரை காத்திருக்கும். எல்லாம் முடிகிற இடம் தனது உடல் என ரூபிக்குத் தெரியும்.

ஆனால் மௌனத்தை எப்படி எதிர்கொள்வது எனத் தெரியவில்லை. ரானே வந்து துப்பாக்கி சுட்டு மிரட்டியபிறகு சடக்கென்று தன்னை உள்ளேயிழுத்துக் கொண்ட ஆமை போல ஆகிவிட்டார்.

"ஐ வில் கோ பார் பாத்" துண்டை சுற்றிக்கொண்டு உள்ளே போகும் அனந்தராமன் புதிது. குளிக்கக் கூப்பிட்டு சேர்ந்து குளித்து, குளிக்க வைத்து, பேசிப்பேசி மகிழ்ந்து, ஒவ்வொரு முறையும் அவரை மலர்த்த வித்தியாசமாய் பேசிப்பேசி.. இன்று அது இல்லை. தனியாய் குளியல் யோசிப்போடு.

மறுபடியும் கண்ணாடி பக்கம் போய் நின்று முழுதுமாய் பார்த்துக் கொண்டாள். கறுப்பு சாக்ஸை கழற்றி வீசினாள். புடவையை போர்வையாய் சுற்றிக்கொண்டு பார்த்தாள். உடம்பு பிரமாதம். கழட்டி எறிந்துவிட்டு மறுபடி பார்த்தாள். ரொம்பவே பிரமாதம்.

10.4

அனந்தராமனுக்கு தண்ணீர் தலையில் அடித்த பின்பு தான் உறைத்தது. கீசர் போட்டுக்கொள்ளவில்லை என்று. ஒரு குளிர்ச்சி தாக்கிவிட்டு பழக்கமானது. ரொம்ப நாளைக்குப் பிறகு, அந்தக் குளிர்ச்சி தலையிலிருந்து கால்வரை தாக்கியது.

சங்கரன் மாமா சின்னவயசில் வீட்டிற்கு பின்னால் ஓடிக்கொண்டிருந்த ஓடையில் முக்கி எடுத்த போது உணர்ந்த உதறல். “எல்லாம் பழக்கம் தாண்டா.. சித்தரமும் கைப்பழக்கம், செந்தமிழும் நாப்பழக்கம் ஓடையில குளிக்கிறதும்.. உடம்பு பழக்கம்..” சுந்தரேசன் மாமா மட்டும் நல்ல தமிழில் பேசுவார். பாதி புரியாது. அம்மாவுக்கு தூரத்து சொந்தம்.

குளிர்ச்சி பழகிப் போனது. ரொம்ப நாளைக்கு பிறகு தலையில் அடித்து விழுந்த குளிர்ச்சி.

ரானே மிரட்டலில் முதலில் பயந்தது உண்மைதான். இப்போது பயமில்லை. பயத்தில் இறுகிப் போயிருந்த மனது மெல்ல மெல்ல கடினத்திலிருந்து இளகியது. ரொம்ப நாளாய் தன்னிலிருந்த ஏதோ ஒன்று திரும்ப வருவதாய் உணர்ந்தார்.

இவன் துப்பாக்கி காட்டி மிரட்டினான். ஜம்னலால் பணம் காட்டி மிரட்டினான். ஐஐஎம் (IIM) முடித்து சொந்தமாய் பத்திரிக்கை ஆரம்பிக்க மூலதனம் வேண்டி வங்கி வங்கியாய் ஏறி இறங்க, எதுவும் போணியாகவில்லை.

ஜம்னலால் ஐஐமிற்கு பேசுவதற்கு வந்திருந்த கெஸ்ட் லெக்சரர். பங்குச் சந்தையைப் பற்றிய அவரது பேச்சு, மாணவர்களுக்கு விருந்து. ஒவ்வொரு மாதமும் ஒருநாள் ஞாயிறுகளில் வந்து நடத்திவிட்டுப் போவார். மிக சகஜமான உரையாடலோடு நடக்கிற வகுப்புகள் பங்குச் சந்தை பிரியர்களுக்கு பாயாசம். அப்போதய பழக்கம் அனந்தராமனுக்கு.

படிப்பு முடிந்த பின் வளாகத்தில் வந்த வாய்ப்புகள் எதுவும் எடுக்க மனமின்றி புரபசரின் அறிமுகக் கடிதத்தோடு அவரின் அலுவலகத்திற்கு நுழைந்து, அறிமுகப்படுத்தி தனது பத்திரிக்கைக் கனவை சொன்னார்.

ஏன் பத்திரிக்கை? இந்தியாவில் என்ன மாற்றம் வரப்போகிறது? ஏன் சாதாரண மக்கள் பங்குச் சந்தைக்கு வருவார்கள்? ஏன் நிறுவனங்கள் பங்குச்சந்தைக்கும் வரும்? அப்படி வரும்போது அவர்களுக்கும் சாதாரண முதலாளிட்டாளர்களுக்கும் என்ன செய்திப்பாலம் இருக்க வேண்டும்,

வால் ஸ்டாரீட் ஜர்னல் என்னவெல்லாம் மாயம் செய்கிறது, அதுபோல நாம் ஏன் செய்ய முடியாது என்று ஒரு நாலுமணி நேரம் பேசினார்.

பொறுமையாகக் கேட்ட ஜம்னலால் ஒரு வாரத்திற்கு பிறகு முழுமையான புராஜக்ட் ரிப்போர்டோடு வரச் சொன்னார். அனந்தராமன் புராஜக்ட் ரிப்போர்டோடு போயிருந்தார்.

"எல்லாம் சரி, நான் பணம் போடுகிறேன்.. நீ சம்பளம் எவ்வளவு எதிர்பார்க்கிறாய்.."

"இல்லை ஐயா. இது முழுக்க முழுக்க என் கம்பெனியாயிருக்கும். உங்களுக்கு ஒரு முப்பது சதவீதம் பங்கிருக்கலாம்.. ஒரு நாலு வருடத்திற்கு பிறகு அந்த பங்கை நீங்கள் விரும்பினால் நானே வாங்கிகொள்வேன்.. இல்லை நீங்கள் யாருக்காவது விற்றுவிடலாம்.."

"வாட்.. நான்சென்ஸ்.." ஜம்னலால் தான் வாழ்க்கையில் பேசக்கூடாது என்று நினைத்திருந்த குஜராத்தி வார்த்தைகள் எல்லாம் வெளியே வந்தன. இரண்டு நிமிடத்தில் அமைதியாகி அவனை வெளியேறச் சொன்னார்.

நரிமன் பாயிண்டிலிருந்து அனந்தராமன் செம்பூருக்கு நடந்து வந்தார். கண்டிப்பாய் பத்திரிக்கை கொண்டுவர வேண்டும். எந்தக் குழப்பமின்றி ஒவ்வொரு யோசனையாய் வந்து போயிற்று. பத்திரிக்கை எப்படியிருக்க வேண்டும். ஒரு நிறுவனத்தை எவ்வாறு மதிப்பிட வேண்டும். வெறும் எண்கள் அல்ல நிறுவனம். அதன் மேலாண்மை ரொம்பவே முக்கியம். அதன் ஒவ்வொரு மனிதர்களின் கனவுகளுக்கும் ஒரு மதிப்பெண் இருக்க வேண்டும்.

எனக்குத்தான் என்னயிருக்கிறது. வெறுமனே கனவுகள். ஆனால் அதன் தீயில் எத்தனை தெளிவு. அத்தனை தெளிவோடு இருக்கிற ஒரு மனிதனால் ஏன் நிறுவனம் அமைக்க முடியாது.

அவன் எதற்கு முட்டாள்தனமான வங்கியில் போய் தனது வீட்டையும், நகையையும் அடகு வைத்து நிறுவனம் அமைக்க வேண்டும். அவனது கனவிற்கும், தெளிவுக்கும், படிப்பிற்கும் சமுத்திரம் போலிருக்கிற ஒரு சாதாரணன் தனது பையிலிருந்து ஒரு சில ரூபாய்களை அவனை நம்பி தூக்கிப்போட வேண்டாமா? அப்படி நடந்தால் ஜமன்லால் போல மலை விழுங்கிகள் விழுந்து விடுவார்கள்.

எத்தனை நாள் தான் இந்த குஜராத்திகளும், மார்வாடிகளும் ஜன்ம ஜன்மாய் வியாபாரத்தில் லஸ்மியை பார்ப்பது. கோவில் பூசாரி போல இவர்களென்ன பரம்பரை பரம்பரையாய் பணத்தை ஆளப்பிறந்தவர்களா..

கனவுகளைத் தீயாய் வயிற்றில் வைத்திருக்கும் எனக்கு பங்குச் சந்தை பணம் கொஞ்சம் வந்திருந்தால் இவனது கதவுகளைத் தட்ட வேண்டியிருந்திருக்காது.

எனது மூளை, எனது எண்ணம், நான் உட்கார்ந்து உழைக்கப்போகிறேன். உனது மூலதனத்திற்கு நீ பணம் எடுத்து போ. நீ வங்கியில் வைத்திருந்தால் என்ன பணம் கிடைக்குமோ அதைவிட கூட கொடுக்கிறேன். அது போக பத்திரிக்கை வைத்திருக்கிறேன் என்று உனது குரூப் கம்பெனியில் பேரும் வைத்துக்கொள்.

எல்லாம் செய்துவிட்டு சம்பளத்தை தூக்கி போடுகிறேன். பிடித்துக்கொண்டு போ என்கிறான் ஜம்னாலால்.

கோபத்தை வைத்து என்ன செய்ய. நிதர்சனம் அதுதான். வளர்ந்த நாடுகளில் வங்கிகளே இத்தகைய ரிஸ்கான வென்சர்களில் முதலீடு செய்கின்றன. நம் நாட்டு வங்கிகளுக்கு வேலை செய்வதே பெரிய சேவை.

வந்த கோபத்தை எல்லாம் எவ்வளவு சீக்கிரமாய் ஆரம்பிப்பது என்பதில் செலுத்தினார். வீட்டை அடைந்த பின்புதான் தான் எவ்வளவு தூரம் நடந்தே வந்திருக்கிறோம் என்பது புரிந்தது. அசந்து படுத்தவர் ஒருநாள் முழுக்கத் தூங்கினார். எழுந்த போது கால் சற்று வீங்கியிருந்தது.

அம்மா கதையை மெல்லக் கேட்டு, 'அதனாலென்னடா.. நகையை வித்துடு.. நான் போனப்புறம் எல்லாம் உங்காத்துக்காரிக்குத்தான் வெச்சிருந்தேன்.. நன்னா.. சம்பாச்சி.. வாங்கிப் போடு..” சொல்லியபடியே கொடுத்துவிட்டு சமையல் கட்டை நோக்கிப் போனாள்.

கிணறு தாண்ட முடியவில்லை. ஒரு நாலுபேர், ஒரு கணிப்பொறி, சின்னதாய் செம்பூரிலே அலுவலகம். ஆனால் பிரிண்டிங் பிரஸ்ஸுக்கு பணம் கொடுக்க வேண்டும்.

சந்தைக்கு கொண்டு சென்று மெல்ல மெல்லச் சூடு பிடிக்க குறைந்தது ஒரு ஆறு மாதமாகலாம். அதுவரைக்குமான பணத்திற்கு யாரிடமிருந்தாவது மூலதனம் வேண்டும்.

தான் சம்பாதித்து அவளுக்கு எதுவும் அம்மாவிற்கு வாங்கிப்போட்டதில்லை. அம்மா குடும்பத்திலிருந்து கொண்டு வந்த சொத்துக்கள். தனியாக நின்று வளர்த்த அம்மா போ, முட்டி மோது, எது பிடிக்குமே பண்ணு என்கிறாள். என்ன பண்ண போகிறாய், பிரஜாக்ட் ரிப்போர்ட், லாபம் வருமா, வராதா, எத்தனை சதவீதம் கொடுப்பாய் என எதுவும் கேட்காத அம்மா. தனது வாழ்க்கையின் முழு இருப்பையும் சொத்து ஒரு சின்னத் துணியில் சுற்றி தன்னிடம் அடகு வைத்துவிட்டு பதட்டப்படாமல் போகிறாள்.

நகைகளைத் தடவிப் பார்த்தார்.

இரண்டு நாள்கள் கழித்து ஜம்னலாலே கார் கொண்டு வந்திருந்தான். அனந்தராமனை வெளியே வரச்சொல்லி டயமண்ட் கார்டனிலிருக்கும் பெரிய ஹோட்டலுக்குக் கூட்டிக்கொண்டு போனான். ஏற்கனவே அவனது குழுமத்தின் மற்ற டைரக்டர்கள் இருந்தனர்.

அனந்தராமன் எதுவும் பேசாது, எந்த உணர்வும் காட்டாது அமைதியாய் பார்த்துக் கொண்டிருந்தார்.

அவர்கள் அனந்தராமன் சொன்ன யோசனையை பரிசீலித்ததாகவும், அவனது புரபசரிடம் பேசியதாகவும் அவர்கள் பேச்சைத் தொடங்கினர். முப்பது சதவீதம் பத்தாது - உனக்கு இருபது - பணம் போடும் எங்களுக்கு மீதி என்பது போல பேச்சு

ஆரம்பித்தது. தானும் கொஞ்சம் பணம் போடப்போவதாகவும், மீதிப் பணத்திற்கு வருடா வருடம் டிவிடெண்டும், பதினைந்து சதவீதம் இக்விட்டியும் தான் தரமுடியும் என்று திட்டவட்டமாக கூறினார்.

யோசித்து உனது புரபசரிடம் பேசி சொல்லுமாறு சொன்னார்கள்.

புரபசர் தலையீட்டில் இருபது சதவீத்ததில் (ஜம்னலாலுக்கு இருபது; அனந்தராமனுக்கு மீதி) முடிந்தது. பணத்திற்காக இல்லையென்றாலும் ஜமன்லாலின் சந்தை தொடர்பும், பெயரும் முக்கியம். அதற்கே அவ்வளவு கொடுக்கலாம் என்றார்.

பேப்பர் வேலை எல்லாம் முடிந்து கையெழுத்திட்ட ஒரு சனிக்கிழமை சாயங்காலத்தில் தாஜ் ஹோட்டலின் டின்னர் இறுதியில் ஜம்னலால் நட்பாக அனந்தராமனின் கைகளைக் கோர்த்துக் கொண்டு சொன்னார்,

“நண்பா, சம்பளத்திற்கான சலனம் உன்னிடம் இல்லை என்று அன்று தெரிந்து கொண்டேன். பிஸினஸ் ஆற்றில் ஒரு கால், சேற்றில் ஒரு கால் இல்லை. நீ கரை ஏறிய பிறகு படகை எரித்துவிட்டு போராட வேண்டும். படகு எங்காவது இருக்கும் என்று நினைத்தாலே போதும் அந்த கணத்திலிருந்து உனது தோல்வி தொடங்கிவிடும்.”

“நிறைய படித்துவிட்டு தாளில் எழுதுவதில் நிறுவனங்கள் உருவாவதில்லை. அது அலையாத மனத்தில் உருவாகிறது. திடமான நம்பிக்கையில் அது எழுகிறது. அது உன்னிடம் இருக்கும் வரைக்கும் எனக்கு என் பணத்தை பற்றி கவலையில்லை..”

“வைஸ்யன் என்பது வெறும் பிறப்பிலில்லை. எவ்வளவு தான் சம்பளம் வாங்கினாலும் உன் மனதில் போராட்டமும், வளரும் துடிப்பும், பணத்தின் மீது பற்றும் இல்லாவிட்டால் உன்னால் வைஸ்யனாக முடியாது”

“நான் போராளி. வைஸ்யன் ஒரு போராளி. வியாபாரம் வெறும் துட்டு எண்ணுவதல்ல. மாபெரும் மனப்போர். இடைவிடாது போர். குற்றமும் அமைதியுமற்ற போர். வெளியே போரிட உள்ளே நீ மிகப்பெரிய அமைதியாயிருக்க வேண்டும்.

உள்ளே புத்தனாகவும், வெளியே அலெக்சாண்டராகவும் இருக்க வேண்டும். நான் சொன்னபோது நீ எழுந்து சென்ற அமைதியை எப்போதும் அணையாமல் வைத்துக்கொள்.. அதுதான் உன்னை.. உண்மையான வைஸ்யனாக்கும்..”

“ஐஐமில் படிப்பவர்களை நான் பெரும்பாலும் வேலைக்குத்தான் வைத்துக்கொள்வேன். எனக்கு தோல்வி வராமால் இருக்க, தோல்வியின் அளவை குறைக்க, என் எல்லைகளை விரிக்க. ஆனால் மனதளவில் என் ஜாதி. நான் இல்லையென்றாலும் நகை விற்றாவது ஆரம்பிப்பேன் என்கிற அந்த வெறிதான் உன்மூலதனம். அது உனக்கு ஐஐம் கற்றுத் தராது. பணத்தையும், வாழ்க்கையும் பணயம் வைக்கும்போது தான் பலிபீடம் உனக்காக திறக்கப்படும்”

ஷவரை நிறுத்தினார்.

அன்று மேக்கர் சேம்பலிருந்து செம்பூருக்கு நடந்த போது இருந்த அமைதி மறுபடி உள்மனதிற்கு திரும்பியிருக்கிறது. அலையாத பேச்சு, உலகத்தையே தன்னுள் கட்டுப்படுத்த முடியும் என்கிற மகா மமதை. ஆற்றல் திரும்புவதை உணர முடிந்தது.

உள்ளுக்குள்ளேயே ஒரு சூடு பரவுவதை உணர முடிந்தது. நீருக்குள் இருக்கும் அக்னிபோல தனது பயத்திற்குள் பதுங்கியிருந்த அந்த தைரியம் தன்னை அடுத்த கட்டத்திற்கு கொண்டுச் செல்லும் என்று ஒரு நம்பிக்கை துளிர்க்க ஆரம்பித்தது.

முதல் உரசலுக்குப் பிறகு ஜம்ன்லால் தன்னை வழிநடத்திய விதம் முழுக்க முழுக்க தனக்குள் இருக்கிற ஆற்றலையே தூண்டிவிடுதல் போலயிருக்கும். இப்போது அவர் இருந்திருந்தால் நன்றாயிருந்திருக்கும் என்ற எண்ணம் எழாமலில்லை.

ஜம்னலாலில் நினைவுகளோடு இன்னும் இருக்க ஆசைப்பட்டார். மறுபடி ஷவரை திறந்தார்.

*

நிறுவனத்தின் அன்றாட செயல்களிலும், கொள்கைகளிலும் நடவடிக்கைகளிலும் ஜம்னலால் நுழைவதேயில்லை. அவ்வளவு மரியாதை. அவ்வளவு புரபஷனலிசம். எப்போதாவது பணமுடை

வந்து கேட்டால் எவ்வளவு வேண்டும் என்று மட்டும் கேட்பார். அடுத்த சில நாட்களில் அது வங்கியில் இருக்கும்.

அவ்வப்போது வருடாந்திர மீட்டிங்கிற்கு வந்துவிட்டு போய்விடுவார். அதுவும் ஒப்புக்கு. ஏதாவது கேட்டால், "அனந்தா.. நீ வளர்ந்த ஆலமரம்.. என்னிடம் எதற்கு ஆலோசனை.. சொல்லு எங்கே கையெழுத்து போட.." என்று கேலியாகச் சத்தம் போடுவார்.

அவருக்கு இருந்த நற்பெயர் நிறைய காரியங்களுக்கு உதவியது. கைக்கும் வாய்க்கும் மட்டுமில்லாமல் இருந்ததால் உடனடியாக மென்பொருள் துறையும் தொடங்க முடிந்தது. அதன் அபார வளர்ச்சி உடனடியாக பாதுகாப்பான சேமிப்பையும், உபரி செல்வத்தையும் சேர்க்க உதவின. அதனால் நிறைய ஆராய்ச்சி முயற்சிகளையும் வெளிநாடுகளின் பங்குச் சந்தைகளுக்கும் மென்பொருள் தயாரிக்க, விற்கத் தேவையான பெரிய துறைகளை உருவாக்க முடிந்தது.

தனது பணத்தில் மட்டும் ஆரம்பித்திருந்தால் வளர்ச்சி மிக மெதுவாய் அமைந்திருக்கும். சந்தைகள் எழுந்து வீழும்போது விளம்பரம் அடிவாங்கினால் மென்பொருள் கை கொடுத்தது. உள்ளூர் சந்தை அடிவாங்கினால் வெளியூர் சந்தைகள் கைகொடுத்தன. எழுந்து வரமுடிந்தது.

ஜம்னலால் இரண்டு வருடங்களுக்கு முன்னால் ஒருநாள் அவனைக் கூப்பிட்டு ஒரு குறிப்பிட்ட தொகையை எழுதித் தரச்சொல்லி விட்டு தனது பங்கை முழுக்கத் திருப்பி தந்துவிட்டார். தான் ஏதுவும் தவறு செய்துவிட்டேனா என்று கேட்டதற்கு இல்லை, அனந்தா.. அன்று நாலு வருடங்களில் முழுக்க கம்பெனியை உனதாக்கி கொள்ள வேண்டும் என்று ஆசைப்பட்டாய். நான் அதற்கு அதிகமாக இரண்டு வருடங்கள் இருந்துவிட்டேன். நான் போட்ட பணத்திற்கு அதிகமாகவே சம்பாதித்து விட்டேன். இனிமேல் இதன் கனிகளை சுவைக்க எனக்கு அதிகாரமில்லை. வைஸ்யனுக்கும் தர்மம் என்று இருக்கிறதல்லவா.. ஆனால் இன்னும் எனது பெயரை நீ உபயோகித்துக் கொள்ளலாம். வெளியே இது தெரியாது. அது நான் உனக்கு கொடுத்த பரிசு.. என்றார்.

அடுத்த ஆறு மாதங்களில் ஜம்னலால் கான்சரால் இறந்து போனார். தன்னைப் பற்றிய உயரிய அபிப்பிராயங்களை,

தனது கம்பெனி பற்றி அவர் கொண்டிருந்த கனவுகளை மிஸஸ் ஜம்னலாலிடம் சொல்லியிருக்கிறார். அதைக் கேட்டபோது கண் கலங்கிற்று. தன்மீது அவர் அதீத நம்பிக்கை வைத்திருக்கிறார் என்பதே எவ்வளவு பெரிய திரி தூண்டல். அன்றும் டிரைவரை வேண்டாம் என்று சொல்லிவிட்டு வொரலியிலிருந்து செம்பூருக்கு நடந்து வந்தார். தன்னைவிட கனவுகளைக் கொண்ட வைஸ்யன் ஜமன்லால்.

ஷவரை நிறுத்தினார். அதே அமைதி. துளிர்க்கும் கனவு திரும்பியிருக்கிறது. எல்லாம் சரியாகிவிடும். குளித்துவிட்டு வெளியே வந்தார். ரூபியைப் பார்த்தார். உள்ளே இருந்த புத்தன் சலனமடைந்தான். எந்த காரணம் கொண்டும் என் அமைதியை, சக்தியைச் செலவழிக்கக் கூடாது என்று எண்ணிக் கொண்டார். மறுபடியும் நடக்க வேண்டும் போல இருந்தது. தனியாய், ஜம்னலாலோடு, யோசித்துகொண்டே, சுத்த வைஸ்னயாய்.

“ரூபி.. நீ போய்.. அட்வர்டைஸிங் எவ்வளவு வந்திருக்கிறதென்று பார்.. இன்னும் கொஞ்ச நாள் என்னைப் பார்க்காதே.. வியாபாரத்தில் கவனம் செலுத்து.. கமான்.. கெட் அப்.. புல் அப் யுவர் ஸாக்ஸ்.. கெட் மீ நம்பர்ஸ்”

ரூபி முதல் முறையாய் தன்னை, உடம்பு முழுவதும் கருப்பு ஸாக்ஸாய் உணர்ந்தாள்.

11

மைசூர் முரளி குருமூர்த்தி ராவ் எனப்படுகிற MMGR (எம் எம் ஜி ஆர்) எனப்படுகிற குருமூர்த்தி ராவ் தனக்குப் பக்கத்து விமான இருக்கையில் தூங்குகிற அனந்தராமனை மென்மையாகப் பார்த்தார்.

கடந்த நாலு மாதப் பழக்கம். நண்பர்கள் வட்டாரம் வழியாக அனந்தராமனின் பிரச்சனையை வந்தடைந்தது. பின் அனந்தராமனே போன் செய்து பேசி, தனக்கு உதவுமாறு கேட்டுக்கொண்டார். அந்த உதவி கோரலில் ஒரு உண்மைத்தனம் இருந்தது.

நிறைய யோசனைகளுக்குப் பிறகுதான் குருமூர்த்தி ராவ் இந்த பிரச்சனையை ஏற்றுக்கொள்வதாக பதிலளித்தார்.

விவிநிஸி காசுக்காக வெறுமே தணிக்கை தாள்களில் கையெழுத்திடும் ஆடிட்டர் இல்லை. கடந்த பதினைந்து வருடங்களில் அவரது நிறுவனத்தின் வளர்ச்சி அபாரமானது.

தென்னிந்தியாவின் மிகப்பெரிய வியாபாரக் குடும்பம் தங்களது குடும்பச் சண்டையாலும், சொத்துத் தகராறாலும் முடங்கிப் போக, குருமூர்த்தி அதற்காக இரண்டு வருடங்கள் உழைத்தார். வெறும் ஆடிட்டராக மட்டுமில்லாமல் குடும்ப நண்பராக, ஆலோசகராக, குடும்பத்தில் பெரியவர்களிடம் பேசுபவராக, பிரச்சனையின் முழு ஆழம் தெரிந்தவராக - அவரது செயல்பாடு அந்தக் குடும்பத்தையே இணைத்தது.

சரியான பங்கீடும், அடுத்த தலைமுறை வளர்ச்சிக்கு ஆலோசனையும் கொடுத்த குருமூர்த்தி ராவ், அந்த வியாபாரக் குடும்பத்தில் ஒருவரானார். அது அவருக்கு மதிப்பிட முடியாத நல்ல பெயரையும், மாபெரும் நம்பிக்கையையும் சம்பாதித்துக் கொடுத்தது.

இந்தியாவின் வியாபாரம் வெறும் வெற்றுத்தாள்களால் அளக்க முடியாதது, அது வெறும் சந்தையில் மட்டும் நடப்பதல்ல என்பதைப் புரிந்து கொண்டார். வியாபார மேஜையும், முதலாளி

மனதும், மேலும் அவன் வீடும் எவ்வாறு இயங்குகிறது என்பதை புரிந்து கொண்டார். முதல்தலை முனைவர்களும், பரம்பரை வியாபாரிகளுக்கும் உள்ள வித்தியாச நுணுக்கங்கள் புரிந்தது.

இந்தியாவின் மிகப்பெரிய வியாபாரக் குழுமங்கள் முழுக்க நம்பிக்கை வைத்து தங்களது பெரிய நிறுவனங்களின் எல்லாப் பக்கத்தையும் திறந்து வைத்து தங்களின் பிரச்சனைக்குத் தீர்வைத் தேடி குருமூர்த்தியை நாடின.

அவர் எப்போதும் தனக்கு வரும் எல்லா வியாபாரத்தையும் எடுத்துக்கொண்டு விடுவதில்லை. தனது கொள்கைக்கும் நீண்டகாலத் திட்டத்திற்கு பயன் தராத வழக்குகளை, வாடிக்கையாளர்களை வெறும் பணத்திற்காக மட்டும் எடுத்துக்கொள்வதில்லை.

அனந்தராமன் கேஸும் அப்படித்தான். பலத்த யோசனைக்கு பின்பு அதை தான் எடுத்துக்கொண்டார். அதற்கான பல பின்திரை காரணங்கள் இருந்தன.

சரியென்று அனந்தராமனிடம் சொல்லிய போது அனந்தராமனின் மகிழ்ச்சியை உணர முடிந்தது. பம்பாய் வந்து சிலநாள் தங்கியிருந்து முழு கேசையும் அறிந்து, நட்பு வளர்ந்து - இப்போது அந்தக் கேஸே இல்லாமல் முடிந்துவிட்டது.

ஒவ்வொரு கேஸும் நல்லபடியாக முடிந்த பின்னர், தனது வாடிக்கையாளராக ஆரம்பித்து, நட்பாக மாறிவிட்டவருடன் மடத்திற்கு வருவது வழக்கம். வந்து பெரியவரைச் சந்திப்பது வழக்கம். மடம் தன் அக, புற வாழ்க்கையை எப்படியெல்லாம் செதுக்கியது என்பதை ஒவ்வொரு முறையும் இத்தகைய விமானப் பயணங்களில் மேகத்தைப் பார்த்தபடியே கண்ணீர் திரையிட ஞாபகப்படுத்திக் கொள்வார்.

*

அப்பா இறந்து போனபோது அம்மா வந்து சாமிகளிடம் ஒருநாள் முழுக்க அழுதிருக்கிறாள். சாமிகள் அப்போது அம்மாவை ஏறெடுத்தும் பார்க்கவில்லை. ஆனால் அவள் உட்கார்ந்து அழும்போது யாரும் தொந்தரவு செய்ய வேண்டாம் என்று சொல்லிவிட்டார். மடத்துக்காரர்களிடம் அவளுக்கு தேவையான எல்லாம் கொடுக்கச் சொல்லிவிட்டுப் போய்விட்டார்.

அம்மா காலையிலிருந்து இரவு வரைக்கும் எல்லாயிடங்களிலும் நின்று நின்று அழுதிருக்கிறாள்.

அடுத்த நாள் தரிசனத்திற்கு பெரியவர் வெளியே வரவில்லை. அன்று இராத்திரி முழுக்க உட்கார்ந்து காயத்ரி பண்ணிட்டிருந்தார். காலைல எழுந்தா காய்ச்சல் என்று செய்தி கசிந்தது.

அம்மா எழுந்து வந்துவிட்டாள். அதற்கப்பறம் அம்மா மடத்திற்கு போனதேயில்லை. ஏன் என்று கேட்டால், "பெரியவா கரையேத்திட்டாளே இன்னுமே எதுக்கு"

அழுது கரைந்து திடமாகி போயிருக்கிறாள்.

"நான் போனாலும் ஒரு வார்த்தை பெரியவா காதில் போட்டுருடா.. அவா பாத்துப்பா.." என்பாள்.

அப்பா மடத்தை வெளியுலக புகழ் பரவச் செய்ததில் முக்கியமான மூளை என்று பெயர் வாங்கியவர். எந்த வெளிக்காரியம் என்றாலும் கிச்சாட்ட கொடுத்துடுன்னு பெரியவா ஒரு வார்த்தை சொல்லி விடுவார்.

அப்படிப்பட்ட அப்பாவின் அகால மரணத்தை எல்லாரும் தாங்கினாலும் அம்மாவிற்கு பெரியவரிடம் தான் அழுது இறக்கிவிட வேண்டும் என்று தோன்றியது. பெரியவா சொல்லித்தான் குருமூர்த்தி சார்ட்ட்ட் அக்கவுண்ட் படித்தார்.

"டாக்டர் படிக்கணும்னு ஆசைப்படறான்" அப்பா.

"சி. ஏ.. படிக்க சொல்லேண்டா"

அப்பாவும் பெரியவரும் சொன்ன பின் வேண்டா வெறுப்பாகத்தான் படித்தார். அந்த கோபத்தில் கொஞ்ச நாள் மடத்திற்கும் போகமால்தானிருந்தார்.

அதில்லாமல் அப்பாவைப் போல புராதன வழமைகளிலிருந்து தனது மனம் நவீன இந்தியாவின் முகத்தை அலங்காிப்பதில் அவா கொண்டிருந்தது. அதற்கு இத்தகைய மடங்களில் வழமைகள் தடையாகயிருக்கலாம் என அபிப்பிராயப்பட்டார்.

ஆனால் அந்த அபிப்பிராயம் எவ்வளவு தவறு என்று சீக்கிரமே உணர்ந்து கொண்டார். எதைக் கருத்தில் கொண்டு பெரியவர்

தன்னை சிஏ படிக்க சொன்னார் என்று ரொம்ப நாளைக்கு பிறகுதான் புரிந்தது.

அப்பா போனபின் எப்போதாவது பெரியவரை பார்த்து அம்மா போல மடத்து ஓரமாய் உட்கார்ந்து, சாதாரண பக்தனாய் தரிசித்து ஆசிர்வாதம் வாங்கிவிட்டு வந்துவிடுவார்.

மடத்தின் கைகாட்டலால் அப்பாவின் பெயரால் நிறைய மேலிடத் தொடர்புகள் வந்தன. அப்பாவின் முழு ஆளுமை தெரியவந்தது. வாழ்க்கை, வழக்கு இரண்டும் சூடு பிடித்தது. அம்மா ஆசைப்பட்டது போல சம்பாத்தியத்தின் சின்ன பகுதியை வருடா வருடம் மடம் கை காட்டும் ஏதோவொரு ட்ரஸ்டுக்கு கொடுத்துவிடுவார்.

தனது படிப்பால், தொழிலால், இந்துத்துவ கொள்கை சார்ந்த விசயங்களுக்கு நிறைய விடயங்களை செய்ய நேர்ந்தது. வளர நேர்ந்தது. நிறைய பெரிய தொழிலதிபர்களை இணைக்க வைத்த, அவர்களின் நலனைப் பாதுகாத்து தேச பக்தியையும், கடவுள் பக்தியையும் பெருக்க வேண்டியிருந்தது. தனது வியாபாரம் பெருகுவதை மட்டும் நோக்கமாக கொள்ளாமல் அதோடு தேச நலனும் இணைய ஒரு பெருமிதமான உள்ளுணர்வு மிகுந்தது. தேச பக்திக்காக தொழில் என்பதே அவரை இயக்கியது.

தேசநலனுக்கு எதிராக இயங்கும் தொழிலபதிர்களுக்கு, தொழில் குழுமங்களுக்கு எதிராக காட்டிய அதி தீவிரச் செயல்கள் அவரை சிறைக்கு இட்டுச் சென்றன. பாரதத்தின் தேசிய ஊழல் கட்சியோடு முரண்பட வைத்தது. தங்களது கொள்கை சார்ந்த பிராந்தியக் கட்சிகளை இணைக்க வைத்தது. தேசநலன்கள் மிகுந்த கட்சிகளுக்கு அரணாகவும், மேற்கத்திய தொழில்கள் சுதேசிகளைச் சாப்பிட்டாதவாறும், சுதேசிகள் பலம் கொண்டு உயரவும் நிறைய வேலைகள் காத்துக் கிடந்தன. வேத மனதை வேராகக் கொண்டு செழிக்கும் பாரதம் என்ற கனவிற்காக அவரது வாழ்க்கை அர்ப்பணமாகியது.

பெரியவா ஏன் சொன்னார் என்று இப்போது புரிகிறது. வெறும் கணக்கல்ல. தேசத்திற்காகவும், வேத மதத்திற்காகவும் தான் செய்ய வேண்டிய பணிகளின் அவசியம் புரிந்தது.

ஒவ்வொரு ஏற்றத்திலும், இறக்கத்திலும் மடத்திற்கு வந்துவிடுவதுண்டு. வெறுமனே மடத்தில் அமைதியாய் இருந்து கழித்துவிட்டுப் போனால் போதும், உள்ளே எதுவோ நிறைந்த உணர்வு. அடுத்த பெரிய வேலைக்கு மனது தயாராகிவிடும்.

அம்மா வந்து அழுகையைக் கொட்டிவிட்டுப் போனாள். அவள் வாழ்நாள் முழுதும் பெரியவர் ஏதோ நிரப்பிவிட்டார். அம்மா அடிக்கடி கேட்பது ஒன்னே ஒன்று தான். என்னடா.. மடத்துக்கு எப்ப போனே? கடைசியாய் படுக்கையில் ஞாபகம் தவறிய கணங்களில் கூட அவள் அடிக்கடி கேட்பது அதுதான்.

மடத்திற்கு போவது அப்பாவை ஞாபகப்படுத்தல் போல. அம்மாவிற்கு விடை அளிப்பது போல. தன்னைத்தானே பார்த்துக் கொள்வது போல. தன்னைத்தானே பூரணமாய் நிரப்பிக் கொள்வது போல.

*

இந்த முறை மடத்துக்கு அனந்தராமனோடு. நாலு மாதங்களுக்கு முன்னால் இந்த அனந்தராமன்தான் எப்படியிருந்தார்?

பிரச்சனையின் போது நிறைய தொழிலதிபர்களைப் பார்த்திருக்கிறார். பலமான வெளிமுகம், பலமற்ற உள்முகம், வெறித்தனமான பேச்சு, அதீத நிதானமின்மை, சலனமான சொந்த வாழ்க்கை - இப்படி பதட்டமான, நேர்கோடில்லாத தடுமாற்றமான பாதையில் பயணிக்கும் வாழ்க்கை.

அனந்தராமன் அப்படியில்லை. வெறும் 45 வயது. தன்னையொத்த வயது. தொழிலுக்கு வந்த முதல் தலைமுறை. எந்த தவறுமில்லாத கை. அசாத்திய நேர்மை கொண்டு நடத்தும் பத்திரிக்கை.

ஒவ்வொரு பத்திரிக்கையும் அவர்களின் நட்பும் தனக்கு முக்கியம் என்பது குருமூர்த்திக்கு தெரியும். நவீன இந்தியா நிர்மாணத்தில், சிதைக்கப்பட்ட இந்து தர்மமும், சுதேசி மனமும் வளர மீடியா ரொம்பவே முக்கியம். எல்லா மீடியாக் குழுக்களின் அருகாமையும் தொடர்பும் முக்கியம்.

அனந்தராமனின் வழக்கை தான் எடுத்ததிற்கு அது ஒரு முக்கிய காரணம். வந்த இரண்டு நாளிலே பிரச்சனை புரிந்து போய்விட்டது. அசிரத்தையாகக் கையாளப்பட்ட, மீறப்பட்ட மாநில விதியைக் காட்டி அந்த லோக்கல் அரசியல் கட்சி மிரட்டி பணம் பண்ணுகிறது. சொந்த மாநில மக்கள் இத்தனை சதவீதம் இருந்தாக வேண்டும் என்ற விதியை மறுபடியும் படித்தார். அதன் உப விதிகளை மேலும் படித்தார். அந்த விதிகளில் இருக்கிற ஓட்டைகளை உன்னிப்பாய் உள்வாங்கினார்.

அ) மத்திய அரசின் தொழிற்துறையின் சிறப்பு அதிகாரமும், சலுகையும் பெறும் பட்சத்தில் இந்த விதி தளர்த்தப்படலாம்.

ஆ) வேலைக்கேற்ற மனிதவளம் கிடைக்காத பட்சத்தில் மாநில அரசின் அனுமதியோடு இயங்கலாம்.

இ) மீறுகிற பட்சத்தில் மாநில அரசு அந்த நிறுவனத்திற்கு நோட்டீஸ் கொடுத்து மூன்று மாதங்களுக்குப் பிறகே மற்ற விசயங்களில் தலையிட முடியும். கோர்ட்டுக்குச் செல்வதோ, லைசன்ஸை பறிமுதல் செய்வதோ, அபராதம் விதிப்பதோ எதுவானலும் கோர்ட்டு நோட்டீசுக்குப் பிறகே முடியும்.

ஈ) ப்ரைவேட் லிமிடட் நிறுவனங்களுக்கும், பொதுத்துறை நிறுவனங்களுக்கும் மட்டுமே என்பது தெளிவாக இருந்தது. பார்ட்னர்ஷிப் மற்றும் புரொபரைட்டர் நிறுவனங்களில் அந்த விதி எப்படி செல்லுபடியாகும் என்பது தெளிவாக சொல்லப்படவில்லை. பொருள் உற்பத்தி -என்று குறிப்பிட்டிருந்தது. சர்வீஸ் மற்றும் பொருள் தயாரிப்பில் இல்லாத கம்பெனியை பற்றிய குறிப்புகள் இல்லாமலிருந்தது.

இது போன்று எல்லா ஓட்டைகளையும் பயன்படுத்தி முதலில் நிறுவனத்தை சட்ட முறையில் நேர்படுத்தினார்.

நிறுவனத்தின் மீது ஏதாவது தொழிலாளர்கள் புகார் கோர்ட்டில் நிலுவையாயிருக்கிறதா என்று பரிசோதித்தார். இதுவரை அப்படியான எந்த புகாரும் இல்லை. இழுத்து மூடப்படும் கடைசி மாதம் வரை எல்லோருக்கும் எல்லாம் நலமே.

மத்திய அரசின் சிறப்புச் சலுகையை முன்தேதியிட்டு வாங்கினார். மாநில அரசின் கவனத்திற்கும் ஒரு முன்தேதியிட்ட

ஒரு கடிதத்தை அனுப்பினார். அதற்கான பெறுதல் சீட்டையும் முன்தேதியிட்டு பெற்றுக் கொண்டார். அதாவது மாநில அரசுக்கு நாங்கள் ஏற்கனவே அனுப்பி விட்டோம், இன்னும் மாநில அரசுதான் அதற்கான் பதிலை அனுப்பவில்லை என்கிற மாதிரியான ஒரு ஜோடனை. அதன் ஒரு காப்பி மாநில லேபர் ஆஃபிசுக்கும் அனுப்பி வைக்கப்பட்டது. அதுவும் முன்தேதியிட்டு.

இந்தக் கம்பெனி மற்ற மாநிலத்திலிருக்கிற நிறுவனம் மற்றும் வெளிநாட்டிலிருக்கிற நிறுவனத்தின் பங்குகளையும் கொண்டிருப்பது மாதிரி காட்டப்பட்டது. ஆகவே இந்த மாநில விதிமுறைகளை முழுமையாக அமுல்படுத்த முடியாத நிலையில் இருப்பதாக வாதிட ஏதுவாகயிருக்கும்.

பம்பேயில் இருக்கிற போலிஸ் கமிஷனரையும் சந்தித்தார். உயர் பதவி வகித்தாலும் குருமூர்த்தி சார்ந்த தத்துவங்களால் கவரப்பட்டவர். ஒரே கருத்தியல் குழுவால் வளர்க்கப்பட்டவர்கள். அனந்தராமனையும் நமது கொள்கைக்கு நெருக்கமானவர் என்று அறிமுகப்படுத்தினார். அனந்தராமன் முழு நிகழ்ச்சியையும் சொன்னார்.

கூர்ந்து கேட்ட போலிஸ் கமிஷனர் அனந்தராமனை மிக கவனமாக இருக்கும்படி சொன்னார். ரானே எப்படிப்பட்ட ஆள், என்னவெல்லாம் செய்யக் கூடியவன் என்றும் சொன்னார். எப்படியெல்லாம் அனந்தராமன் கவனமாக இருக்கவேண்டும் என்று சொல்லப்பட்டது.

அந்த விஷ்ணுசேனா பார்ட்டியில் ஏற்கனவே உட்கட்சி பூசல்கள் இருக்கிறதென்றும், ரானே இன்னும் கொஞ்சநாளில் பிடிபடுவார் என்றும் சொன்னார். கட்சி மேலிடம் அவர் மீது அவ்வளவு நம்பிக்கையாய் இல்லை. அவர் கட்சியின் நலனுக்கு எதிராக இயங்குகிறார் என்ற திட நம்பிக்கை கட்சித் தலைமைக்கு வளர்ந்து வருகிறது. அவரும் கட்சி தாவலுக்காக காத்திருக்கிறார் என்றும் சொல்லப்பட்டது.

குருமூர்த்திக்கு பால் நழுவி பழத்தில் விழுந்தது. விஷ்ணு கட்சித் தலைவரை பார்க்க வைக்க முடியுமா என்று கேட்டார். போலிஸ் கமிஷனர் என்ன சிங்கத்தை குகையிலே பார்க்கப்போகிறீர்களா

என்று சிரிக்க, நம்மிடம் தான் தேசிய பதவிக்கனவுகள் என்ற அட்சயபாத்திரம் இருக்கிறதே என்று சொல்ல இருவரும் சிரித்தனர்.

சரி.. பேசிவிட்டுச் சொல்கிறேன் என்றார் கமிஷனர்.

*

அது ஒரு மாநில கட்சி. மொழி பெயரை சொல்லி வளரும் கட்சிகள் சிலவை. உள்ளூர் உணர்வுகளை புரிந்து கொள்ளமுடியாத தேசியக்கட்சியோடு பிணக்கு கொண்டு வளர்பவை சிலவை. விஷ்ணு இந்தக் கட்சி வெளி மாநில மக்களின் மீதான பகையை வளர்த்து அதில் பிராந்தியக் குளிர் காய்ந்து அரசியலில் வளர்ந்தது. ஆனாலும் தேச அளவில் சிறுபான்மையினரின் ஓட்டுக்காக மதசார்ப்பற்றவர்கள் என்ற பெயரில் நடத்தப்படும் ஓட்டுப்பொறுக்கி அரசியலுக்கு நேராக கர்ஜ்ஜிக்கும் தலைமை.

அதை மெல்ல இந்துத்துவ அரசியல் நீரோட்டத்தில் இணைத்து அதன் குறுகிய தன்மையைச் சுருக்கி, அதனை பலப்படுத்தி தங்கள் கருத்தியல் கொண்ட கட்சியோடு இணைக்கலாம். அதற்கு ஒரு வாய்ப்பாக அனந்தராமன் நிறுவனத்தில் ரானே நடத்திய நிகழ்வைப் பயன்படுத்தலாம் என்பது குருமூர்த்தியின் திட்டம்.

பாருங்கள் உங்கள் கட்சியின் கீழ்மட்டம் நமது கருத்தியலுக்கு ஆதரவானவர்களையே சுரண்டிப் பிழைக்கிறது. இது நம் வீட்டிலேயே கொள்ளி வைப்பது போலல்லவா என்று பேச வேண்டும், மத்திய அரசு வெகுவிரைவில் நம்மால் அமையப் போகிறது என்று நம்பிக்கை தீட்ட வேண்டும். அதற்காக உங்கள் அடுத்த தலைமுறையை தயாராகுங்கள் என்று முடுக்கி விடவேண்டும். விஷ்ணு கட்சி தலைவரால் மட்டுமே வெளிப்படையாக செய்ய வேண்டிய சில கறுப்பு வேலைகளை நாசூக்காகச் செய்யச் சொல்ல வேண்டும்.

அந்த தலைவரோடு நடந்த முதல் சந்திப்பு அவ்வளவு காரிய சித்திபெறவில்லை என்றாலும் பேச்சுத் தொடர்புக்கு ஆரம்பமாயிற்று. அவரது மகனையும், மருமகன்களையும், கட்சியின் முக்கியமான சிந்தனை ஜீவிகளையும் இணைப்பதாய் அமைந்தது.

குருமூர்த்தி எதையும் எப்போதும் தோல்வி என்று பார்ப்பதே இல்லை. அவரைப் பொறுத்த வரையில் இது குறைந்த வெற்றி.

சிங்கத்தோடு நடந்த சந்திப்பு - குருமூர்த்தி இந்த வழக்கை எடுத்துக்கொண்டதற்கு இரண்டாவது காரணம்.

*

பல்கி நானலாலோடான சந்திப்பு அனந்தராமனுக்கு ரொம்பவே மகிழ்ச்சி தந்தது. அனந்தராமனின் இதழுக்காக அவர் ஏற்கனவே பொருளாதாரச் சந்தை பற்றி நிறைய பேசியிருக்கிறார். எழுதியிருக்கிறார். தனது இதழின்மீது மிக நம்பிக்கை கொண்டவர். ஆனால் அவரின் இன்னொரு முகம் அனந்தராமனுக்குத் தெரியாது.

குருமூர்த்தி அந்த இழையில் இருவரையும் இணைக்க, நட்பு மிகவும் பலப்பட்டு போனது. சந்திப்பு மிக மகிழ்ச்சியான ஒன்றாக அமைந்தது.

வெறும் தொழில் சார்ந்த பேச்சாக மட்டுமில்லாமல் நாட்டு நலன் பற்றியும், இப்போதுள்ள மதச்சார்பற்ற என்று சொல்லிக்கொண்டு வேத மதத்திற்கு எதிராக அரசாங்கம் செயல்படுகிறது என்று உணர்வாளர்களாகவும் அவர்கள் மெல்ல மெல்ல மாறினார்கள். தங்களின் கருத்துக்கு ஏற்ப ஒரு அரசாங்கம் அமைய வேண்டும் அவாவினால் கட்டுண்டவர்களாயிருந்தனர்.

தனது இதழில் நானி பல்கிவாலா அரசாங்கத்தில் பொருளாதார வீழ்ச்சி என்கிற தலைப்பில் எழுதுமாறு அழைப்பு விடுத்தார். சுகந்திரத்திலிருந்து செய்யப்பட்ட பொருளாதார தகிடுதத்தங்கள், மடத்தனங்கள் என்று விரியும் அந்த கோட்பாடு அறிவு ஜீவிகளிடமும் படித்த மத்திய வர்க்கத்திடமும் கொண்டு போக நம்பிக்கை மிகுந்த அந்த இதழ் பயன்படுத்தப்பட்டது.

இதைத்தான் குருமூர்த்தி எதிர்பார்த்தார். வெற்றி - வெற்றி - வெற்றி. எல்லோருக்கும் வெற்றியான ஒரு சமன்பாடு.

பிராந்தியக் கட்சி, நீதித்துறை உயர் அதிகாரிகள் மற்றும் தொழில் அதிபர்கள் என ஜனநாயக சமூகத்தின் எல்லா இழைகளையும் குருமூர்த்தி இணைத்தார். இணையக் காரணமாயிருந்தார்.

குருமூர்த்தியின் இருப்பே அனந்தராமனை கருத்தியல் ரீதியாக குருமூர்த்தியிடம் இணைத்தது.

லாக் அவுட்டுக்கு எதிராக தொழிலாளர்கள் போட்ட அத்தனை கேசுகளும் வெகு சுலபத்தில் தூளாகின. தான் துப்பாக்கி சுட்டு மிரட்டியவுடன் ஏதோ பணப்பெட்டியோடு பேரம் பேச வருவான் என்று எதிர்பார்த்த ஒரு சின்னப் பொடியன் தொழிலதிபர் இப்படி செயலாற்றியது ராணேவுக்கு கடுப்பேற்றியது.

ஆள் எங்கேயிருக்கிறான் என்று விசாரிக்க தனது ஷாகா ஆட்கள் போயும் எந்த பலனும் இல்லாமல் திரும்பி வந்தனர். கம்பெனி மூடியிருக்கிறது. நோட்டீஸ் தொங்குகிறது. எல்லோரையும் வேலைவிட்டு எடுக்கவுமில்லை. சில பேரை உடனே மற்ற மாநிலத்திற்கு மாற்றிய நோட்டீஸ் வந்திருக்கிறது. எங்கு எப்போது மாற்றினாலும் போவதற்கு தயாராக இருக்கிறோம் என்று அவர் அவர்கள் சம்மதித்து கையெழுத்திட்ட வேலை ஆணைப் படிவத்தோடு மாற்றல் கடிதம் வந்திருந்தது. வேலை விட்டு நீக்கப்பட்ட சிலபேருக்கு சொன்னபடியே ஒரு மாத சம்பளத்தின் காசோலையும் வந்திருந்தது.

ஷாகாவின் தொடர்பில் இருந்த அனைவரும் மிக கவனமாய் புள்ளி வைக்கப்பட்டு நீக்கப்பட்டிருந்தனர். அங்கிருந்து கொண்டு வெளியே நிறுவனத்தின் செய்திகளை கசிய விட்டுருப்பார்கள் என்று சந்தேகிக்கப்பட்ட உள்ளூர் மாநிலத்துக்காரர்கள் மீது பணம் திருடியதாகவும், நிறுவனத்தின் முக்கிய கோப்புகளை திருடியதாகவும், கொடுத்த அட்வான்ஸை திருப்பி கொடுக்குமாறும் கடிதங்கள் வந்தன.

குருமூர்த்தி ஒவ்வொரு காயாக நகர்த்தினார். அனந்தராமன் வீட்டிலும் சில நாட்கள் தங்கினார். அதை இயல்பாகக் காட்டிக்கொண்டாலும் அது அவரின் தொழிலின் ஒரு அங்கம். வாடிக்கையாளனின் வீடும் அதன் சூழலும் அதில் தன் பாதிப்பும் தொடர்பில் நிரந்தரத் தன்மையை ஏற்படுத்தும்.

அனந்தராமனின் மனைவியிடம் மிக மரியாதையாகப் பேசினார். வளர்ந்து வரும் குழந்தைகளிடம் மிகமிக பிரியமாக நடந்து கொண்டார். குழந்தைகளிடம் ஏன் நாம் இந்துக்களாக இருக்க வேண்டும் என்றும் எப்போதும் நமது வேர் மதம் தான் என்றும் தனது குழந்தைகள் எப்படி வளர்கிறார்கள் என்றும் பேச்சோடு பேச்சாகச் சொன்னார். வீடு அவரை நம்பியது. விரும்பியது.

அது அனந்தராமனை மேலும் நெருங்கிவரச் செய்தது. மிகப்பெரிய தொழிலதிபதிர்களோடு தனக்கிருந்த தொடர்புகளையும் அவர்கள் எவ்வாறெல்லாம் தனது கருத்தியலுக்கு உதவுகிறார்கள் என்றும் கோடிட்டு காட்டினார்.

நாம் வெறும் பணம் மட்டும் சம்பாதித்து ஏதாவது ட்ரஸ்டுக்கு கொடுத்துவிட்டு ஒதுங்கக் கூடாது, நமக்கு நம் பெற்றோர்கள் கொடுத்த மிகப்பெரிய வரம் வேத மூளை. அதன் நேரமும், தீவிரமும் தேசநலனுக்காகவும், தேசநலனுக்கு எதிரானவர்களை ஒதுக்கவும் பயன்படுத்த வேண்டும் என்றும் போகிற போக்கில் சொல்லிச் செல்வார்.

விமானம் ஏதாவது கனமான மேகத்திற்குள் புகுந்திருக்க வேண்டும். ஒரு பலமான குலுக்கலைத் தொடர்ந்து எல்லோரையும் பெல்ட் அணியச் சொல்லி அறிவிப்பு வந்தது.

முழித்த அனந்தராமன் கேட்டார், "என்ன குரு.. இன்னும் எவ்வளவு நேரமிருக்கு.."

"மே..பி. நெக்ஸ்ட்.. டென் மினிட்ஸ் வி சூட் லாண்ட்.. இப் ஆல் கோ வெல்.."

கொஞ்ச நேர மௌனத்திற்கு பிறகு அனந்தராமன் கேட்டார், "குரு.. ஐ வாண்ட்டு ஆஸ்க் திஸ் கொஸ்டின் பார் லாங் டைம்.. யூ ஆர் பிக் ஸாட்.. ஏன் கேசை என் எடுத்திண்டேள்.."

"நாம் ஜெயிச்சப்புறம் பேமெண்ட் கொடுத்தபுறம் சொல்லிட்டா போச்சு.."

"நோ. ஜோக்.. மூர்த்தி.. எனக்கு எக்சைட்டிங்காயிருக்கு.. .. கமான்.. டெல்.. மீ.."

"ஓ..கே. சொல்றேன்.."

"முக்கியமான காரணம்.. டேவிட்.. யூவர் குட் ஓல்டு ப்ரண்டு.. எனக்கு உங்க கேசை எடுத்துக்க ஸ்ட்ராங்கா ரெகமெண்ட் பண்ணினான்.. அவன் சொன்னா என்னால தட்ட முடியாது.. ஐ ஹாவ் டூ ஒப்லைஸ் ஹீம்."

"வாட்.."

அனந்தராமன் திடுக்கிட்டு எழுந்தார்.

"யெஸ்.. அதே டேவிட் தான்.. எஸ். யூவர் குட் ஓல்டு ப்ரண்டு. அண்டு எனி டைம் வெல் விஷர்.."

அனந்தராமனுக்கு தன்னை யாரோ விமானத்திலிருந்து தள்ளிவிட்டது போல உணர்ந்தார்.

டேவிட்.. எனது வெற்றி தலைக்குப் போனதில் நான் தொலைத்த வைரம். பெருமூச்சு வந்தது. எப்போதும் அவனிடமிருக்கும் நன்றியுணர்ச்சி கண்ணில் நீர் வரவழைத்தது. ஹீ மஸ்டு பீ ஜீசஸ் என்று சொல்லிக் கொண்டார்.

மற்ற இரண்டு விசயங்களையும் சொல்லலாமா, வேண்டாமா என்று யோசித்த பின்பு எந்த முடிவுக்கும் வரமுடியாமல் விட்டுவிட்டார்.

*

இன்று வழக்கத்திற்கு அதிகமாக கொஞ்சம் ஓவர் குடி.

ஆனாலும் பாட்டிலில் ஊற்றியவுடன் நிரம்பி எழுந்த குமிழ்கள் காற்றில் கலைந்தவுடன் ஆடையைத் தூக்கியெறிந்த பெண்ணைப் போல சலனப்படும் வெண்ணிற வோட்காவின் தெளிவு போல கவலையும், பயமும் தன்னுள் தள்ளாடிக் கொண்டிருந்ததை காம்ளே உணர்ந்தான்.

மெல்ல நடந்து வெளியே வந்தான். நிறைய நடக்க வேண்டும் போலயிருந்தது. வீட்டில் வேலை போனதை இன்னும் சொல்லவில்லை. சொன்னால் அம்மா சார் வீட்டிற்கு போய் விசாரிக்கலாம் என்பாள். மனைவிக்கும் ஒரு இழவும் புரியாது. தின்பாள். தூங்குவாள். டிவி பார்ப்பாள். புணரும்போது கூட எதையோ நினைத்துக்கொண்டு, எதையாவது தின்றுகொண்டு மரம் மாதிரி படுத்திருக்கிறாள். அயர்ச்சியாய் இருந்தது.

மிதமான போதையின் காலைப் பிடித்து இழுக்கும் கவலைகள்.

பிரச்சனை அலுவலகம் மூடியதில் இல்லை. தான் எவர் பக்கம் இருக்கிறோம் என்று தெரியாத கசப்பு தான். தீபாவளி முடிந்து புதுச்சட்டை அணிந்து அன்று கொஞ்சம் லேட்டாக வந்தபோது

ஸ்வஸ்திக் சேம்பரில் கிட்டத்தட்ட நூறு பேர் வெளியே நின்று கொண்டிருந்தனர். நோட்டீஸ் படுத்தும் பயம் வயிற்றைக் கவ்வ, தனது க்ரவுண்ட் புளோர் அக்கவுண்டு செக்சனுக்கு போனான். அங்கேயும் பூட்டுத் தொங்கியது.

“பிரபாகர்..” திரும்பிப் பார்த்தால் சுப்பு. தன்னை காம்ளே என்று பெயர் சொல்லிக் கூப்பிடாத ஒரே ஆள் அவர்தான். ‘மதராசில் சர் பெயர் சொல்லிக் கூப்பிடும் வழக்கம் ஒழிந்துவிட்டது.. இன்னும் நீங்கள் தான் தூக்கிக் கொண்டு அலைகிறீர்கள்” என்பார்.

சுப்பு விசயம் சொல்லச் சொல்ல, ஒன்றுமே புரியவில்லை. நாலு நாட்களுக்கு முன்பு தீபாவளி போனஸும், கிப்டும் கொடுத்து அனுப்பிய கம்பெனி எப்படி லாக் அவுட் செய்யும்.

“இதற்கு லாக் அவுட் என்று பெயர் கொடுக்காமல், மேனேஜ்மெண்டு வேறு ஏதாவது பெயர் கொடுத்து பஜனை செய்யும் பிரபாகரன்..” சுப்புவிற்கு தொண்டை தழுதழுத்தது.

ப்ளூகாலர் பிரகஸ்பதிகள் வாழ்க்கையில் நினைத்துப் பார்க்காதது. பேசிப்பேசி மாய்ந்தார்கள். ஒரு பாக்ட்ரியிலோ நிகழலாம். நம்மை போன்ற அலுவலகத்தில் ஏன் நடக்க வேண்டும் என்று ஆராய்ந்து ஆராய்ந்து மதியம் வர, பக்கத்துக் கடைகளில், தெரு ஓரங்களில் சாப்பிட்டார்கள்.

மற்ற பம்பாய் அலுவலகங்களுக்குப் போன் செய்ய, அங்கேயும் பூட்டு போடப்பட்டிருப்பது தெரிய வந்தது. ஒரு சில துறைகளின் மேனேஜர்கள் மட்டும் காணமல் போய்விட்டார்கள் என்றும் இது அவர்களுக்கு முன்னமே தெரிந்திருக்கலாம் என்றும் அனுமானிக்கப்பட்டது.

ரானே துப்பாக்கி காட்டி மிரட்டிய பிறகு சாருக்கு ஏதாவது ஆகியிருக்கலாம் என்றும் ஒரு செய்தி விவாதிக்கப்பட்டது. அந்தக் கோபத்தில் தான் சார் இப்படி ஏதாவது செய்திருக்கலாம் என்றும் விவாதம் நீண்டது.

“கொய்லோக்.. சால.. க்யா ப்ளேட்மே காராஹோ. உஸ்மா.. ஸ்பிட் கர்ராஹெ.. (திங்கிற தட்டுல துப்பறவனுங்களா சிலபேர் இருக்காங்க..)” காமேஸ்வரன் இந்த கமெண்டைச் சொன்னவுடன் கூட்டம் மெல்ல இரண்டாக பிரிந்தது.

இங்கிருக்கிற மராட்டியன் யாரோ வத்தி வைத்திருக்கிறான் கொஞ்சங் கூட விசுவாசம் இல்லாமல் என்பது மாதிரியான பேச்சு மராட்டியில்லாத வேறு மொழியில் கிளம்ப, மெல்ல மெல்ல மராட்டிய கூட்டம் அதிக சத்தம் போட்டு மராத்தி மொழியில் பேச ஆரம்பித்தன.

“எங்கிருந்தோ வந்துட்டு.. சூத்தியா நமக்கு வேலை இல்லைன்னு சொல்லுவானா..”

“ஒன்னும் சொல்லாம மூடிட்டா தப்பிச்சிர்லாம்னு நினைக்கிறானா.. சால.. மதராசி..”

“அவனோட கழுத்து சங்குல கத்தி வச்சி பேசினாத்தான்.. இந்த வந்தேறிப் பசங்க வழிக்கு வருவாங்க”

“தலைவர் சொல்றது சரிதாண்டா.. நாம குனிய குனிய நம்ம முதுகுல ஏறுவாங்க.. ஒரு அடி ப்ளார்னு வெச்சாத்தான்.. மாபாடி(தாயோளி) ஒழுங்காயிருப்பான்.. பக்கத்துல இருக்க ஷாகாக்கு போன் பண்ணுடா.”

“போன் என்னடா.. தாதர்ல போயி தலைவரை பாத்து ஒரு வார்த்தை சொல்லிட்டு வந்திர்லாம்..”

நாலு நாட்களுக்கு முன்னால் தெரியாத அந்த கோடு அல்லது வெளியே வராத அந்தப் பிளவு பிரம்மாண்டமாய் வெடித்தது. கொஞ்ச நாட்களுக்கு முன்னால் தனது டப்பாவைப் பங்கிட்டுக் கொண்டவர்கள் இப்போதும் எதுவும் பேசமுடியாத நிலையில் மௌனமாய் நின்றார்கள். சிலபேர் அந்த இடத்தை விட்டு நகர்ந்தார்கள்.

காம்ளேவை சுப்பு கூட்டிக்கொண்டு தனியாக போனார்.

“பிரபாகர் ஒன்னு கவனிச்சியளா.. ஒரு வாரத்திற்கு முன்னாலேயே நம்ம கரண்ட் அக்கவுண்டிலிருந்து பெரிய தொகை டிஎன் ரோடுக்கு ட்ரான்ஸ்பர் ஆகியிருக்கு.. எல்லாத்தையும் நம்ம டீம் மேடத்தோட சம்ஜா மலையாளத்தான் பண்ணியிருக்கான். செக் புக்கு, மத்த பேப்பரெல்லாம் மேலெ மேடத்தோடு ரூமுக்கு கொண்டு போறேன்னு போனான். அப்புறம் தீபாவளி அவசரத்துல நாமளும் மறந்துட்டோம்..”

காம்ளேக்கு பட்டென அப்போதுதான் உரைத்தது. அமைதியாய் சுப்புவைப் பார்த்தான்.

"ஏதோ பெரிய ப்ளான் முன்னாடியே நடந்திருக்கு.. ரானேவுக்கு பணம் கொடுக்கன்னு நாம எல்லாம் பேசிட்டிருந்திருக்கோம்.. ஆனா வேற எதுவோ சார் செஞ்சிருக்கார்.."

இருவரும் ஒன்றுமே பேசாமல் அன்று மதியம் முழுவதும் குடித்துக் கொண்டிருந்தனர்.

*

நாட்கள் நகர நகர காம்ளேவுக்கு நரகத்தில் கொப்பறையில் போட்டுக் காய்ச்சுவது போலிருந்தது. அடுத்த இருபது நாட்களுக்குள் சம்பளம் போடவேண்டும். தனக்கும் வர வேண்டும். அது வராவிட்டால நடக்கிற குளறுபடிகள் ஏராளம்.

மேனேஜ்மெண்டிடமிருந்து காம்ளேக்கு எந்தக் கடிதமும் வரவில்லை. நீக்கவும் இல்லை. இருக்கவும் சொல்லவில்லை. தான் அதிகமாக செய்துவிட்டோமோ. ரானே சாப் சொதப்பி விட்டானோ ?

ரானே சாப் எந்தக் கடித தொடர்பும் இருக்க வேண்டாம், நேரில் வந்து பார்க்க வேண்டாம் என்று சொல்லிவிட்டார். தான் தயாரித்துக் கொடுத்த எல்லா விபரங்களும் ஷாகா நண்பர்கள் மூலம் ரானேவுக்குப் போயிருக்கிறது என்பதை காம்ளே தெரிந்து கொண்டான்.

ஆனால் ரானே இப்படி வந்து மிரட்டிவிட்டுப் போவான் என்று தெரியாது. அதை எதிர்பார்க்கவும் இல்லை. காதும் காதும் வைத்த மாதிரி ஏதாவது டெலிபோன் மிரட்டல்கள் நடக்கும் என்று தான் எதிர்பார்த்திருந்தான். ஆனால் ரானே கொடுத்த அதிர்ச்சி எதிர்பாராதது. தேவையானதும் தான் என்று மனம் சொல்லி மகிழ்ந்தது.

தனது கோபமெல்லாம் அவள் மீதுதானே, நாம் ஏன் சார் மீது கல்லெறிகிறோம் என்று எண்ணம் வரும். ஆனால் சார் இப்படி மாறியதற்கு அவள் தானே காரணம். தான் சிறுவனாய் வந்ததிலிருந்து தனது உடம்பின், உயிரின் ஒரு பாகம்தானே

இந்தக் கம்பெனி. ஒருநாள் கூட இது வேறு, தான் வேறு என்று நினைத்ததில்லையே. தான் செய்த வேலைகள் என்று ஏதாவது இங்கு உண்டா? லட்சக்கணக்கான பணம் புரண்ட போதும் எப்போதும் புறங்கையை நக்கியதில்லை. அதற்கான தேவையும் இல்லை. கம்பெனி கணக்கில் சாப்பாடு. எல்லாயிடத்திற்கும் காரிலேயே பயணம்.

மொத்த நிறுவனமே அவர்களது வவுச்சர்களுக்காய், சாலரிக்காகத் தன்னிடம் வந்து நிற்கும்.

சாரே அவரது வவுச்சர்களை, அட்வான்ஸ் மணியை தன் டெஸ்கில் வந்து வாங்கிப்போவார். சார் நான் உங்கள் ரூமுக்கு வருகிறேன் என்று சொன்னால், இல்லை நான் அப்படி செய்வது மற்றவர்களுக்கு முன் மாதிரியாக இருக்க வேண்டும் என்று சொல்லுவார். வாங்குகிற தொகைக்கு தனது டெஸ்கில் வந்து கையெழுத்து போட்டுவிட்டுப் போவார்.

என்ன மதிப்பான காலங்கள் அவைகள்? தனது கேள்விக்கு ஒழுங்காக பதில் சொல்லாதவர்களின் கணகளில் விரலை விட்டு ஆட்டியிருக்கிறேன்.

ரூபி என்கிற சின்ன வைரஸாய் நுழைந்து அவள் வியாபிக்காத இடமில்லை. நச்சுக்கொடிகள் தான் எப்படிப் பரவுகின்றன. அவளுக்காக நிறுவன ரூல்கள் தான் எத்தனை வளைந்து போயின. சாருக்கு விசுவாசமான தனது இருப்பு அவளை ரொம்பவே படாதபாடு படுத்தியிருக்க வேண்டும்.

இளித்து, இளித்து முன்பெல்லாம் தன்னிடம் பேசி, இப்போது தன் காலைச் சுற்றி, கழுத்தை சுற்றி ஏறியது அந்த பைத்தான் பாம்பு. இப்போது ரூபியை நினைத்தாலே மூச்சு முட்டியது.

ஒரு காலத்தில் ஜடமாய் படுத்துக் கிடக்கும் தனது மனைவியை அந்த நேரத்தில் மேடம் என்று பெயர் சொல்லி அழைத்துக் கூட புணர்ந்திருக்கிறான். இப்போது அந்தப் பாம்பு தன்மீது முழுக்கப் படர்ந்து, சுற்றி, சுருக்கி, முஞ்சிக்கு நேரே படம் எடுத்து நிற்கிறது.

அவள் முகம் ஒருமுறை மனத்திரையில் வந்தால் போதும், கபகபவென்று பொங்கும் ரௌத்திரம், வெறுப்பு. கொலைவெறி.

இப்படி யோசித்து, யோசித்து கடந்த சில வருடங்களாய் சரியான தூக்கமில்லை. பயத்தில், கவலையில் இரத்த அழுத்தத்திற்கான மாத்திரைகள். படம் எடுத்த பாம்பு கொத்துவதற்கு முன், என்ன செய்ய? ஷாகா நண்பர்களிடம் புலம்பி, ஒருநாள் ரானே சாரைப் பார்த்துப்பேச, பின் நடந்த எதுவும் அவன் கையில் இல்லை.

இப்போது வேலை இல்லை. பாம்பும் இல்லை.

சார் ரானேவின் வினைக்கு இப்படி எதிர்வினையாற்றுவார் என்று யாரும் எதிர்பார்க்கவில்லை. கம்பெனியிலிருந்து யாரோ தான் தனக்கு எதிராகக் கசிந்திருக்கிறார்கள் என்று புரிந்து கொண்டார். தன்னை எந்தக் காரணம் கொண்டும் சந்தேகப்பட மாட்டார் என்று காம்ளே இன்னும் நம்பினான். அந்த நம்பிக்கையின் முடிவில் சடக்கென்று ஒரு அழுகையும் வந்தது.

தப்பு பண்ணிவிட்டோமோ?

தான் இல்லாமல் கம்பெனி எப்படி நடக்கும் என்று நினைத்த பலபேருக்கு அந்த லாக் அவுட்டே பெரிய இடியாயிருந்தது. அவர்களின் வாழ்க்கையில் பெரும்பாலான நேரத்தை அவர்கள் கம்பெனியோடு தான் கழித்தார்கள். அதைவிட்டு அவர்கள் வாழ்க்கையில் அதிகமாக எதுவுமில்லை. சுந்தரலிங்கம் சாருக்கு வேலைக்கு போகாமல் ஹார்ட் அட்டாக் வந்துவிட்டதாம்.

சார் இப்படியெல்லாம் யோசித்திருக்க மாட்டார். மறுபடியும் ரூபியின் வேலையாகத்தான் இருக்கும். தேவிடியாச் சிறுக்கி, என் உடம்பில் அந்த வாடை வருகிறதா என்ன.. ஐயோ. அவளைக் கொல்ல வேண்டுமே.

குடித்துவிட்டு தனியாகப் பேசியபடி இருட்டிய சாயங்கால வேளையில் வந்தபோது இருவர் வந்து தன்னை சாப் பார்க்க வேண்டுமென கூப்பிடுகிறார் என்று மராத்தியில் சொன்னார்கள். சாப் என்றால் ரானே சாப்பாகத்தான் இருக்க வேண்டும். வண்டியில் ஏறி உட்கார்ந்தான்.

யாரையாவது பார்க்க வேண்டும், அனந்தராமன் சாரை, ரானே சாப்பை. இப்படி எதுவும் தெரியாமல் சுற்றுவது தலையை

சம்மட்டியால் தானே அடித்துக்கொல்வது போலிருக்கிறது. இத்தனை காரியங்களுக்கும் தானும் ஒரு பொறி என்று தெரிந்து, அது தெரியாதது போல நடந்து கொள்வது அவ்வளவு எளிதாயில்லை.

சாரோ, சாப்போ அடுத்தது என்ன என்று தெரிந்தாக வேண்டும்.

*

வண்டி வேகமாகத் தாதரை நோக்கிப் பயணப்பட்டது. ஒரு பிரபலமான பாரின் ஒரு அறையில் அந்த மனிதர் உட்கார்ந்திருந்தார்.

பாருக்கு பொருந்தாத தோற்றம். கூரிய மூக்கு. படிந்த வாரிய தலை. அழகான ஆழமான கண்கள். தென்னிந்திய தோற்றம், நெற்றியில் குங்குமப்பொட்டு. அரைக்கை சட்டை. சட்டை முழுங்காத கைப்பகுதிகளில் வெள்ளையாய் திருநீறு போல பட்டை பட்டையாய். மாட்டுங்காவில் இருக்கிற தென்னிந்திய ஆசார தோற்றம்.

அவனை கனிவாய் உட்காரச் சொன்னார். கவலைப்பட வேண்டாம் என்று சொன்னார். நான் தனிப்பட்ட முறையிலே அவனிடம் பேச விரும்புவதாக சொன்னார். உடைந்த இந்தியும் தோற்றமும் அவர் மீது நம்பிக்கை கொடுத்தது.

மெல்லப் பேச்சு கொடுத்தார். காம்ளேவுக்கு யாரிடமாவது பேசவேண்டும் போல இருந்தது. பேசிக்கொண்டே போனான். எதிரே உட்கார்ந்திருப்பவனின் தோற்றமும், கொதிக்கும் தன் மனக் குற்றவுணர்வும் உள்ளத்தில் உள்ளதெல்லாம் கொட்டினான்.

கடைசியாக அவர் பெயர் சொன்னார். "காம்ளே நீ எல்லாவற்றையும் சொல்லிவிட்டாய்.. இதெல்லாம் சரி.. இவ்வளவு நாள் விசுவாசமாய் இருந்த முதலாளிக்கு எதிராக அவரின் அத்தனை ரகசியங்களையும் ரானேவிற்கு அனுப்பியிருக்கிறாய்.. எது உன்னை அப்படி செய்ய தோன்றியது.. ஒரு நண்பனாக.. ஒரு சகோதரனாக இதை என்னிடம் சொல்.." என்று அவன் கையை கெட்டியாகப் பிடித்துக்கொள்ள, ரொம்ப நாளைக்கு பிறகு காம்ளே அந்த நட்பான தொடலில் உடைந்து அழ ஆரம்பித்தான்.

பாம்பின் கதை சொன்னான்.

எல்லாம் முடிந்த கிளம்பு போது சொன்னார், "காம்ளே நீ பேசியதை நான் யாரிடமும் சொல்ல மாட்டேன். சத்தியம். உன் வலி எனக்கு நிறைய பாடங்களை கொடுத்திருக்கிறது. உன்னிடம் ஒரு மன்னிப்பு. நான் முன்பு சொன்ன பெயர் தவறு. என் உண்மையான பெயர் மைசூர் முரளி குருமூர்த்தி ராவ்.."

அந்த நாளுக்குப் பிறகு தான், பேப்பரில் தெரியாத, விதிமுறைகளால் கண்டறிய முடியாத பிரச்சனையின் மறுபக்கத்தையும் குருமூர்த்தி தெரிந்து கொண்டார்.

காம்ளே கண்ணீரோடு சொன்ன பாம்பினால் சூழப்பட்ட கதை, ராகு கேதுவின் கதை. குருமூர்த்திக்கு பெண்களால் சண்டையிட்டு மடிந்து போன பாரதத்தில் பழைய ராஜாக்கள் கதையை நினைவுக்கு கொண்டு வந்தது. இவர்கள் சண்டையிலே தான் மொகலாயர்களுக்கு கம்பளம் கொடுத்து உள்ளே வரவேற்றார்கள். அதே மொகலாயர்களும் அதனாலே தானே அழிந்து பிரிட்டிஷ் சாம்ராஜ்ஜியம் பரவ ஆரம்பித்தது.

வரலாறுகள் மறுபடி மறுபடி எழுதப்படுகின்றன. பாரத்த்தின், ஏன் எல்லா தேசத்தின் அழிவிற்குமான அடிப்படைக் காரணங்களில் பெண்ணின் சிரிப்பும் இருக்கிறது என்பதை நினைவுக்குக் கொண்டு வந்தார்.

அன்று திரௌபதி மட்டும் சிரிக்காமலிருந்திருந்தால்..?

12

டேவிட்

ஐஐஎம் (IIM) கடைசி வருடம் படித்துக்கொண்டிருந்த போது அந்த ஜம்புலால் ஜமன்லால் புரோக்கர் நிறுவனத்தில் ஒரு இரண்டு மாதம் பங்குச்சந்தை ஆய்வாளராகப் பணியாற்ற வேண்டியிருந்தது. களப்பயிற்சியாக அமைந்த அந்த இரண்டு மாதங்கள்.

ஜமன்லால் இந்தியாவின் மிகப்பெரிய புரோக்கர். பெயர்தான் பெரிசு. வந்த இரண்டு நாட்களில் தெரிந்துகொண்டது:

இங்கு ஆய்வு என்று ஒரு மண்ணும் நடப்பதில்லை. பெரிய கம்பெனியின் உள் விவாகரங்கள் அனந்த ராட்டி என்கிற முதலாளிக்குத் தெரிந்திருக்கிறது. அவர் விலையை ஏற்றுகிறார், இறக்குகிறார். அவரே செய்திகளைத் தயாரித்து சந்தையில் விடுகிறார்.

ஒன்றும் படிக்காத குஜராத்தி டிரேடர்களை இதற்கு பயன்படுத்திக் கொள்கிறார். அவரது புளுகுமூட்டைச் செய்திகளே விலை ஏறுவதற்கும் இறங்குவதற்கும் முக்கிய காரணங்கள்.

மிகப்பெரிய நிறுவனங்களை அவை அவ்வளவு சலனப்படுத்தாத போதும், சந்தையின் போக்கை நிர்ணயிப்பதில் பெரும் பங்கு கொள்கின்றன. சில நேரங்களில் பெரிய நிறுவனங்களே நிறைய காரணங்களுக்காக தங்களின் விலை ஏற்ற, இறக்கத்தைச் செய்ய விரும்புகின்றன. அத்தகைய நேரங்களில் அவர்களின் மறைமுகத் தூதுவர்களே ஜமன்லாலின் நிறுவனத்தை அணுகுவார்கள்.

இருக்கிற செய்தித்தாள்களும் புரோக்கர்களின் செய்திகளுக்கு அறிவு மூலாம் பேசி எதையாவது எழுதிவிடுகின்றன. அனந்த ராட்டி தான் விளையாடப் போகிற நிறுவனத்தின் பங்குகளை தளத்தில் கூவி விற்கிற முகம் தெரியாத நிறைய முகவர்களின் மூலம் வாங்கிவிடுவார். அவர்களுக்கே எதற்காக வாங்குகிறோம், ஏன் வாங்குகிறோம் என்று தெரியாது.

மெல்ல மெல்லக் காய்களை நகர்த்தி விலையை ஏற்றுவார். பின் பகுதி பகுதியாய் விற்பார். பெரும்பாலும் பெரிய நிறுவனங்களுக்கும், வெளிநாட்டவருக்கும் விற்றுவிடுவது வழக்கம். சில சமயம் விலையைக் குறைக்கவும் செய்வார். பயந்து போய் நிறுவனங்கள் அவரிடம் ஓடிவந்த கதையும் உண்டு. அனந்த ராட்டி எதுவேணா செய்வார் என்று பயம் பங்குச் சந்தை கம்பெனிகளுக்கு உண்டு.

இந்தியாவின் பங்குச்சந்தையை மத்திமர்களுக்கு எடுத்துச் சென்ற அந்த நிறுவனத்தின் அடிமட்டத்திலிருந்து மிகப்பெரிய பணக்காரராராகிய அந்தத் தொழிலதிபரின் வலது கை அனந்தராட்டி என்ற பெயரும் பயமும் எல்லோருக்கும் உண்டு. ‘படா ஹாத்தேரே (பெருங் கை)’ என்கிற பெயரோடு விளங்கிய ஜமன்லாலின் நிறுவனத்தின் செயல்பாடுகள் அனந்தராமனுக்கு அதிர்ச்சியைக் கொடுத்தன.

ஒருமுறை அந்த பெரிய நிறுவனத்தின் வருடாந்திர ஆண்டு விழாவிற்கு அனந்த ராட்டியின் நிறுவனத்தின் சார்பாகப் போயிருந்தார். அந்த நிறுவனம் அந்த விழாவை ஏதோ தங்கள் வீட்டுத் திருமண விழா போல நடத்தினர். தங்கள் நிறுவனத்தில் முதலீட்டார்களுக்கு துணிமணிகளை இலவசமாக வழங்கினர். பத்திரிக்கைகளுக்கு கவரில் பணம் கொடுக்கப்பட்டது. அதன் சேர்மன் பாலிவுட்டின் கதாநாயகர்கள் போல பெரும் பேச்சை வாரி வழங்கினார்.

அனந்தராமன் வெறுத்துப்போய் பாதியில் எழுந்து வந்தபோது தான் டேவிட்டை சந்தித்தார். அறிமுகப்படுத்திக் கொண்ட இருவரும் வெளியில் ரோட்டுக்கடையில் சாயா குடித்துக்கொண்டே பேசினர்.

“ஊரை ஏமாத்தி உலையிலில்லா போடறான்.. எப்படிடா லைசென்ஸ் வாங்கினேன்னு கேட்டேன்.. போன மீட்டிங்ல.. அவ்வளவுதான் கழுத்தை பிடிச்சில்ல வெளிய தள்ளினான்.. தாயோலி.. ஒரு நா இல்ல ஒரு நா அவங்கம்மா தாலிய எங்கைல தா அக்கப் போறேன்..”

அனந்தராமனுக்கு அவனின் அறக்கோபம் பிடித்திருந்தது.

"பாஸ்டர்.. அவனோட ப்ராஃபிட்டுக்கு இதுவரைக்கு டேக்ஸே கட்டலை.. ஹீ இஸ் சீட்டிங் கவர்மெண்ட்.. அண்ட் ப்பளிக்.. மிடில் கிளாஸ்னு பொய் சொல்லி மொத்தமா ஏமாத்தறான்.. சீ அவனோடு பாலன்ஸ் சீட்டு.. இதுல பாரு.. எங்கெல்லாம் ஓட்டையிருக்கு.."

அப்படித்தான் அவர்களுக்குப் பழக்கமாயிருந்தது. டேவிட் டைம்ஸ் இதழில் பங்குச் சந்தைக்கு வரும் நிறுவனங்களைப் பற்றி எழுதிக்கொண்டிருந்தார்.

அனந்தராமனுக்கு இதுவரை சந்தையில் இல்லாத ஒரு இதழ் கொண்டுவர வேண்டும், எந்த சமரசங்களும் இல்லாத நிறுவனங்கள் பற்றிய ஆய்வு வேண்டும். ஒரு சாதாரண மத்தியமன் தனது வியர்வை சிந்தி உழைத்த சந்தையில் முதலிட்டு வங்கியில் வருகிற வட்டியை விட அவன் செல்வம் பெருக வேண்டும். அது வளர்ந்த நாடுகள் போல சாத்தியம்தான். அதற்கான இயக்கமாக தனது பத்திரிக்கை வர வேண்டும்.

"இங்க பாரு டேவிட்.. ஏற்கனவே இருக்கிற இந்த தலால் தெரு பத்திரிக்கையை இந்த குப்பை கம்பெனிக்கு என்னமா பெரிசு பண்ணி எழுதியிருக்கான் பாரு. இந்த கம்பெனில எவனும் பணம் போடக்கூடாது. அதுவும் சாதாரண முதலீட்டான் பணம் போடவே கூடாது. இந்த கம்பெனியோட மேனெஜ்மெண்டல் இருக்கிறவன் எல்லாரும் இதுவரைக்கும் நாலு கம்பெனி நடத்தி அதை மூடிட்டு அதோட பணத்தோட திவாலானவங்க.. இவங்களோட ட்ராக் ரிகாட்டு ரொம்ப மோசம். ஆனா அவங்க கொடுக்கிற விளம்பர எலும்புத் துண்டுக்கு ஆசைப்பட்டு இந்த நாய்ங்க.. எப்படியெல்லாம் எழுதுது பாரு.. இடியட்.."

அனந்தராமனின் கூர்மை, எதிர்காலம் நோக்கும் திறம், அமைதி, பதட்டமின்றி ஒவ்வொரு காயாய் நகர்த்தும் தன்மை, தனது ஆற்றல் முழுவதையும் தெளிவாய் யோசித்து சிந்தாமல் சிதறாமல் ஒவ்வொரு செயலாய் மாற்றும் திறம், வெளிநாட்டு பங்குச் சந்தைகளை பற்றிய அபாரமான அறிவு, இன்னும் பத்து வருடங்களில் சந்தை எப்படி மாறும் என்பதைப் பற்றிய தொலைநோக்கு எல்லாமே டேவிட்டுக்கு ரொம்பவே பிடித்தது.

ஒவ்வொரு சனி, ஞாயிறும் எல்லா நிறுவன்ங்களின் ஆண்டு தீர்மானக் கூட்டங்களிலும் இருவரும் ஒருசேர இருப்பார்கள். கேள்வி கேட்பார்கள். டேவிட் என்றாலே கோல்மால் நிறுவனங்கள் பயந்த காலம் உண்டு.

ஆனால் என்னதான் எழுதிக்கொண்டு வந்தாலும் விளம்பர நலன் கருதி அவர் வேலை செய்த பத்திரிக்கை கசப்பான விசயங்களை தணிக்கை செய்யும். இல்லையெனில் சர்க்கரை கோட்டிங் தடவும்.

"என்ன எழுதி என்னத்த பிடுங்க.. அவனுகளுக்கு விளம்பரம் வர்றதுக்காக.. எல்லா வரியையையும் கத்திரி போடறானே.. இந்த அலையன்ஸ் கம்பெனி மேட்டரே எடுத்துக்க அனந்தா.. எக்ஸ்போர்ட் பண்றேன்னு பேப்பரை காமிச்சு.. எத்தனை கோடில பினிபெட் பண்ணிருக்கான்.. இவன் டேக்ஸ் கட்ட வேண்டியது போக கவர்ன்மென்டுல இவனுக்கு பணம் கொடுக்கேங்குது.. சிம்ப பயலுக.."

"இன்னொரு விசயம் கவனிச்சியா டேவிட்.. கவர்ண்மெண்ட இவன் எந்த புரோடக்டெல்லாம் இம்போர்ட் பண்ணனும்னு நினைக்கானோ அந்த புராடெக்டுக்கு திடீரெனு இம்போர்ட் ரேட் குறைக்குது. லாஸ்டு மாசம் பாரு.. மித்திலைன் டை ஆக்ஸைடு இது தடை செய்யப்பட்ட ஒரு புராடக்டு.. மேலே ஸ்பெஷல் பெர்மிசன்ல இம்போர்ட பண்ணினா இருநூறு சதவீதம் இம்போர்ட் பண்ணனும்.. திடீர்னு கவர்மெண்டுல ஒரு நோட்டிஃபிகேசன் வருது.. ஒரு மாசத்துக்கு ரிலாக்ஸ்னு.. ஏன்.. அதுக்குள்ள இவன் எவ்வளவு தேவையோ அவ்வளவு இம்போர்ட் பண்ணிக்கிறான். அதுக்கப்புறம் அடுத்த நோட்டிஃபிகேசன்ல அந்த ரிலாக்ஷேசனை எடுத்துராங்க.. இவனுக்கு எல்லாமே சீப்பா கிடைக்கிறதாலே.. விலையும் அடிமாட்டு விலைக்கு விக்கிறான். அதுனால.. மத்த சின்ன கம்பெனியெல்லாம் மூடறாங்க.. பெரிய கம்பெனிலாம் லாஸ்ல போகுது.. மை காட்.. வாட் அ சீட்டிங்.."

பேசிப்பேசி பழகிபோன நட்பு வளர்ந்தது. அனந்தாவின் வீட்டில் டேவிட் தங்குவார். இரவு முழுக்க படிப்பதும், பேசுவதுமாக கழியும் நாட்கள்.

"சாப்பிட்டு போடா.." என்று உரிமையாய் அனந்தாவின் அம்மா சொன்ன நாட்கள். டேவிட்டிற்கு இடிந்த கரையில் ஊருக்கு ஒதுக்குப்புறமாக வளர்ந்து நிற்கும் சேரியிலிருக்கும் மாதா கூடத்தில் பாதர் பிரான்சிஸின் முகத்தை ஞாபகப்படுத்தும்.

ஃபாதருக்கு பிறகு அனந்தாவின் அம்மாவிற்கு மட்டும் வாடா, போடா என்று உரிமையிருந்திருக்கிறது. இவர்கள் இருவருமே அந்த உரிமையை தானே எடுத்துக் கொண்டிருக்கிறார்கள். இவர்கள் இருவருக்கும் தான் தன் வயிறுவரை செல்ல உரிமை இருந்திருக்கிறது.

குறுகிய நாளிலே பலப்பட்டு போன உறவில் ஜமன்லாலை பார்த்து விட்டு சோகப்பட்டிருந்த அனந்தராமனிடம் கேட்டார் டேவிட்.

"அவங்கிடக்கான், கூதியத்த பய.. நாம ஆரம்பிக்கோம் என்ன.. இடம் பாத்திட்டேன். நான் எழுதுதேன்.. பிரஸ்காரன பிடிச்சிட்டேன்.. நம்ம டைம்ஸ் டீலரை எடுத்துக்கோங்க.. ஒரு ஆறுமாசம் சம்பளம் மட்டும் கைலயிருந்தா போதும் பாத்துகிடுவோம்.."

"என்ன டேவிட்டு.. குண்டு போடறியே.." என்று விக்கித்தார் அனந்தராமன்.

"டீலர்கிட்ட நாந்தான் ஆரம்பிக்கேன்னே. எங்கூட நாலு பயக்க வரனுவ.. நீயே எடிட்டர்னு பேரு போட்டு ஆரம்பி.. கொஞ்ச நா கழிச்சி நான் வந்து சேந்துக்கேன்.. விளம்பரத்துக்கு ஒரு பய.. நம்ம திருநெவேலிப்பயல சொல்லி வெச்சிருக்கேன். அவ வெளியில வேலை பாத்துகிட்டு நமக்கும் வேலை பாப்பான்.. வர்ற காசில அவனுக்கு முப்பது சதம்.. எல்லாம் ரெடியாயாச்சு.."

அனந்தராமன் பேச்சு மூச்சற்று இருந்தார். அவர் படித்த ஜஜஎம் கேசுகளில் இத்தகைய உறவுகள் எங்கும் சொல்லப்படுவதில்லை. அம்மாதான் எப்போதும் மனுஷா மனுஷான்னு அடிச்சுப்பாள். தாத்தா ஊரில் மனுஷாளுக்கு அவ்வளவு செஞ்சிருக்கா.. அவர் பண்ணின காரியம் கண்டிப்பா திருப்பி வரும் என்பாள். அதுதானா இது..

முதல் ஒரு வாரத்திலேயே பிடி கிடைத்துவிட்டது. பகல் முழுவதும் வேலை பார்த்துவிட்டு சாயங்கால வேளைகளில் வருகிறவர்களுக்காக அந்த அலுவலகம் இயங்கும். அனந்தராமன் சில இதழ் மாதிரிகளைச் செய்துபார்த்துக் கொண்டேயிருப்பார்.

அது இயங்கி கிட்டதட்ட தயாரான நிலையில் ஜமன்லாலின் மறு அழைப்பும் வந்தது. ஜம்னலால் சொன்ன டீலை அவர் ஏற்றுக் கொண்டிருக்க மாட்டார். ஆனால் தனக்காக இவ்வளவு செய்த டேவிட்டையும் தனது முதல் நாலு தொழிலாளர்களுக்கு முழு நேர சம்பளத்தோடு தன்னோடு இருக்க செய்ய வேண்டிய அவா அவரை ஏற்றுக்கொள்ளச் செய்தது.

இன்றும் டேவிட் அந்த கணத்திற்கு போய் அனந்தராமன் பேசியதை, அந்தக் குழுவின் நெகிழ்ச்சியான தருணத்தை மறு ஒளிபரப்பு செய்வார். ஒவ்வொரு புதிய ஆட்கள் சேரும்போது எத்தகைய தலைமைக் குழுவிடம் சேருகிறோம் என்பதை அவர்கள் புரிய அந்த நிகழ்ச்சியை திரும்பத் திரும்ப சொல்லுவார். உணர்வுகளால் எழுப்பப்பட்டு அந்த நிறுவனம் உயர ஆரம்பித்தது.

"நமது பத்திரிக்கையின் வாசகர்கள் நாம் தான். காலையிலிருந்து மாலைவரை உழைத்து, ட்ரெயினில் இரண்டு மணி நேரம் பயணம் செய்து, வருடத்திற்கு ஒரு தடவை ஊருக்கு சென்று, வாரம் ஒரு தடவை கோயிலுக்கு சென்று வாழும் நம்மை போன்றவர்கள் தான். நமது அறிவு, செயல் நம்மை பணக்காரரக்குவதற்கல்ல. டாடாவையும், பிர்லாவையும், அம்பானிக்களையும் உயர்த்துவதற்கல்ல. நமது வியரவை பணம், வீணாகாமல் சந்தையில் போடப்பட்டு வளர்ந்து, நம் போன்ற புதிதாய் வரும் இளம் நிறுவன்ங்களும் வளர்ந்து வெற்றியடையவதே நமக்கு வெற்றி.. எந்த குறுக்கு வழிக்கும் இதில் இடமில்லை. விளம்பரத்திற்காக நாம் எந்த பொய்யான தகவல்களையும் எழுதப்போவதில்லை. எவரும் நான் விளம்பரம் கொடுக்கிறேன். என் எலும்புத்துண்டுக்காக என்னை புகழ் பாடு என்று நம் வாசல் படி ஏற முடியாது. கவரில் பணம் கொடுக்கிறேன். பறக்க பணம் கொடுக்கிறேன். எனது புதிய இஸ்வுக்கு கொஞ்சம் மார்க் சேர்த்து போடு என்று கேட்க முடியாது... யாரும் விலைபோகக் கூடாது.."

எந்தச் சமரசங்களுமின்றி ஒவ்வொரு நிறுவனத்தை பற்றியும் எழுதப்பட்டது. பயம் இல்லை. விளம்பர பேராசையில்லை.

அவர்கள் நாற்பது மதிப்பெண் கொடுக்கிற புது பிரைமரி இஷ்யூக்கள் சாதாரணமாக மக்களால் நம்பப்பட்டது. மெல்ல மெல்ல வங்கிகளில் போடப்பட்ட பணத்தை விட சந்தை அதிக லாபம் கொடுத்ததை மக்கள் உணர்ந்தார்கள். அது சொல்கிற நிறுவனத்திற்கு மக்கள் கண் மூடிக்கொண்டு பணம் போட்டார்கள்.

வாங்குவது மட்டும் முக்கியமில்லை. சரியான நேரத்தில் விற்பதும் முக்கியம் என்று உணர்த்தப்பட்டது. அந்த இதழ் பங்குச்சந்தைக்கு பணம் புரட்ட வருகின்ற நேரத்தில் அவற்றை மதிப்பிட்டன. மதிப்பீடு வெளிப்படையாய் இருந்தது. மக்கள் நம்பினர். நாற்பதிற்கு மேல் பரவாயில்லை. நாற்பத்தைந்துக்கு மேலே மதிப்பெண்ணா உசிதம். ஐம்பதிற்கு மேலா உத்தமம்.

ஒவ்வொரு நிறுவனமும் தங்களுக்கு கிடைத்த மதிப்பெண் நன்றாகயிருக்கிற பட்சத்தில் அதை தன் விளம்பரத்தில் போட்டும் மேலும் விளம்பரம் தேடிக்கொண்டன்.

மக்களின் வாசிப்புத்தளம் பெருக, அலுவலகம் பெருகியது. பாம்பேயில் மட்டும் அலுவலகம் வைத்து நட்தத முடியவில்லை. இந்தியாவின் எல்லா முக்கிய நகரங்களிலும் அலுவலகம் வந்தது. விளம்பரங்களில் நல்ல வருமானம் வந்தன. விளம்பர வருவாய் பெருகப் பெருக, சொந்த அலுவலகம், பெருகிய அலுவலகர்கள்.

விளம்பரத்துறை பெருகியது. எல்லா விளம்பரங்களையும் ஏற்றுக்கொள்வதில்லை என்கிற கொள்கை கெடுபிடி இருந்தது.

இதழ்கள் விடுத்து, மென்பொருளையும் உருவாக்கியது. தனது இதழுக்காகத் தயாரித்த டேட்டாக்களை மென்பொருளாக்கி சந்தை ஆய்வு செய்யும் நிறுவனங்களுக்கு விற்றது. புதுப்புது ஐடியாக்கள், புராடெக்டுகள். விஸ்தீரமாகும் நிறுவனம். எல்லாம் வளர்ந்தது. அந்த நிறுவனம் அதற்கு பிறகு திரும்பி பார்க்கவே—யில்லை.

ஆனால் டேவிட் அப்படி ஒருநாள் வருமென்று எதிர்பார்க்கவேயில்லை. இயேசுவை கொஞ்சம் கூட நம்பாத டேவிட் சாத்தான்களைச் சந்தித்த பின்பு இயேசுவும் இருக்கலாம்

என்று நம்ப ஆரம்பித்தார். சாத்தான்கள் பேராசையாய் வரும். பெண் ரூபத்தில் வரும். சின்ன வழிதவறல் கூட போதும் அதுவாகவே நாம் மாறிவிட.

தான் ஒன்றும் கடவுள் இல்லை. ஆனால் அனந்தராமன் சாத்தானான பின்னர் அவர்கூட வாழ்வது தான் இத்தனை நாள் வாழ்ந்த வாழ்க்கையை அர்த்தமில்லாத்தாக்கி விடுமோ என்று பயந்து போனார்.

பயம் தன்னை முழுங்கிய காலங்கள் இப்போதும் அவர் நினைவில் பச்சையாய் இருக்கும்.

*

அந்த மாதந்திரக் கூட்டம் அமைதியாய் நடக்கப் போவதில்லை என்று எல்லோருக்கும் தெரிந்தது. அமைதியாய் ஆரம்பித்த அந்தக் கூட்டத்தில் யார் முதலில் தீ கக்கப் போகிறார்கள் என்று தெரிந்த சமாச்சாரம்தான்.

விளம்பரக் குழு, ஆசிரியர் குழு மற்றும் சர்குலேசன் குழுத்தலைவர்கள் அமர்ந்திருந்தனர்.

ஒவ்வொரு மாதமும் எவ்வளவு விளம்பரங்கள், மற்ற நிறுவனத்தோடு ஒப்பிட்டளவில் எந்த அளவு முயற்சி, அவர்கள் செய்கிற தகிடுதத்தங்கள் என்று நீளும் விவாதம்.

"சார்.. இந்த மாசம் எல்லா பத்திரிக்கையும் விட.. நம்ம செக்மெண்டுல நமக்கு தான் அதிக விளம்பரம்.. எல்லா ஏஜென்சியும் நம்மட்ட தான் பீரிமியம் ரேட் கொடுத்து ஸ்பேஸ் வாங்கியிருக்காங்க.. நம்மளோட புது கார்டு ரேட்டுலயும் நெக்ஸ்டு த்ரீ மன்துக்கு புக்கிங் இருக்கு.."

அனந்தராமன் எதுவும் சொல்லாமல் அமைதியாய் இருந்தார். ஒரே நிறுவனம் பதினாலு பக்கங்களுக்கு விளம்பரத்தை புக்கிங் செய்திருந்தது.

டேவிட்டிற்கு புரிந்துவிட்டது. "மூனு மாசம் இல்லை. இன்னும் மூனு வருசத்திக்கு கூட புக்கிங் கிடைக்கும். இதுக்கு காமாட்டி புர பிஸினெஸே தேவலாம்.. அந்த மட்டிப்பய.. கொடுக்கிற காசுக்கு நம்மோட மேகஸீனை எதுக்கு நாறடிக்கணும்.. வேற ஆளுகிட்ட வாங்க துப்பில்லையோ.."

“அவங்க மெகா ப்ரைமரி இஷ்ஷுயூ கொண்டு வராங்க.. இந்தியாவிலேயே இதுவரைக்கும் இவ்வளவு பெரிய பணம் பங்கு சந்தையிலிருந்து திரட்டினதில்ல.. அதுனாலா.. பிக் காம்ப்பெயின்..” ரூபி பதிலடி கொடுத்தாள்.

“மண்ணாங்கட்டி.. நாம இந்த இஷ்யூக்கு எதிராக எழுதப்போறோம். அவனுக்கு நா வெறும் முப்பது மார்க்கு கூட கொடுக்க போறதில்ல.. ஊரை ஏமாத்தி கொள்ளையடிக்கான்.. சரியான் 420..”

டேவிட்டின் வாயில் மலையாளத் தமிழ் கெட்ட வார்த்தைகள் வந்து மீட்டிங்கை கொஞ்சம் துணுக்குறச் செய்தது.

அனந்தராமன் மௌனமாயிருந்தார். மீட்டிங்கை சர்க்குலேசன் துறைக்கு திருப்பினார். ஏதோதோ பிரச்சனைகள். பதிவு போல குறிப்புகள். பொதுவாய் நீளும் மீட்டிங் அன்று சடக்கென்று முடிந்தது.

டேவிட் அடுத்த இதழில் அந்த நிறுவனத்தைப் பற்றி போட்ட மதிப்பெண் வெளியிடப்படவில்லை. விளம்பரம் வந்திருந்தது. தன் எழுத்து இந்த பத்திரிக்கையில் புறக்கணிக்கப்பட்டபோதுதான் அவருக்குத் தெரிந்தது இது தன் பத்திரிக்கை இல்லை என்று. முதல் முறையாய் தான் புறக்கணிக்கப்பட்டது அந்த விளம்பர பணம் காரணமாய் என்பது தாங்க முடியாததாய் அமைந்தது.

அன்றே, அப்போதே ராஜினாமா எழுதி வைத்துவிட்டு வந்துவிட்டார். கீழே எப்போதும் டீ குடிக்கும் மலையாளி கடையில் ரொம்ப நேரம் உட்கார்ந்திருந்தார்.

வெளியே போயிருந்த அனந்தராமன் படித்துப் பார்த்துவிட்டு, வேகவேகமாய் டேவிட் உட்கார்ந்து இருக்கும் டீக்கடைக்கு வந்து உட்கார்ந்தார்.

டீக்கடை பலராமன் இன்னமும் அந்தக் கதையைக் கேட்பவர்கள் நிறைய பேரிடமும் சொல்லிக் கொண்டே இருப்பான். அது கேட்கக் கேட்க ஒரு நெகிழ்வான கதை. அதில் ஒவ்வொரு முறையும் ஒவ்வொரு வாக்கியத்தை தானாகவே இணைத்து கொண்டு அவனும் கதைக்கு மசாலா சேர்ப்பதும் உண்டு.

சுருக்கமாய், சார் நிறைய பேசினாராம்.. ஏதேதோ சொன்னாராம். வந்துவிடுமாறு கெஞ்சினாராம், அவனுக்கு என்ன வேணுமோ கேளுன்னு சொன்னாராம்.. தான் மதியிழந்து விட்டதாகச் சொன்னாராம், பழைய கதையை ஞாபகப்படுத்தினாராம்.. டேவிட் பேசவேயில்லையாம்.

கடைசியில் டேவிட் சொன்னது இதுதானாம், "அனந்தா, நீ பாத்துக்க.. நமக்கு சரிப்பட்டு வராது.." என்று சொல்லி அமைதியாகி விட்டாராம்.

அவர் போனபின் சத்தமா புலம்பினாராம், "யேசுவே, உங்களை இத்தினி நா நம்பலை.. இப்ப சாத்தான் குரல கேட்டப்பறம் தான் நீங்க சத்தியமா இருக்கீங்கனு தெரியுது.. இந்த ரூபி தேவிடியானால தூமக்குடிக்கி இவன் நாசமா போப்போறானே.. இனிமே இந்த சாத்தன் குரல் இருக்கிற இடத்தில எம்மை வைக்காதேயும்.."

அனந்தராமன் தொகை நிரப்பப்படாத காசோலையை அனுப்பியிருந்தார். அதை இன்னும் டேவிட் ப்ரேம் போட்டு வைத்திருக்கிறார். சாத்தான் எனக்கு அனுப்பிய பணம் என்று அதற்கு மேல் எழுதியிருந்தார். இப்போது வெறும் தேவனுக்குச் சேவை செய்யும் தொழில் மட்டும் செய்யப்போவதாகக் கூறி இடிந்த கரைக்குப் புறப்பட்டு போனார் என்று கேள்விப்பட்ட அனந்தராமன் உண்மையிலே இடிந்து போனார்.

"சார் நா தப்பு பண்ணிட்டேனா.. சார்." என்று அழுத அந்த ரூபியை ஆறுதலாய் அணைத்துக் கொண்டார்.

டேவிட் இடத்தில் ரூபி நுழைந்தது.

13

நாராயணன் கல்யாணப் பத்திரிகை கொண்டு வந்து கொடுத்த போது எல்லோருக்கும் ஆச்சரியமாயிருந்தது.

"ஏண்டா இருக்கிற வேலையை வெச்சுண்டு இவ்வளவு அவசரப்படறே.. தம்பியை கொஞ்சம் அடக்குடா.." என்று சுந்தர் சொன்னபோது நாராயணன் ஒன்றும் சொல்லவில்லை.

பத்திரிக்கை வைத்தவனிடம் பேசுகிற பேச்சா? சுந்தர் எப்போதும் அப்படித்தான். வாழைப்பழத்தில் ஊசி மாதிரி சிலமுறை, பளீரென்று வெளிப்படையாய் கால் இழுத்தும் விடுவான். ஆனால் இதைப்பற்றி எந்தக் கவலையும் படாதவன் நாராயணன்.

பாம்பேலயே கவலையே இல்லாத ஜீவன்னா.. இந்த கம்மனாட்டிதாண்டா.. என்று சுந்தர் பொருமவதும் உண்டு.

காலை ஐந்து மணிக்கு கல்யாணிலிருந்து எழுந்து முதல் வண்டி பிடித்து போர்ட்டில் இறங்கி ஆறரையிலிருந்து எட்டு மணிவரைக்கும் பம்பாய் கிளப்பில் கால்பந்து விளையாடிவிட்டு அங்கே குளித்து ஸந்தியா வந்தனம் செய்துவிட்டு கொஞ்சமாய் கொறித்து முடித்து பத்து, பத்தரைக்கு வருவான். அவனுக்கு மட்டும் ஸ்பெஷல் நேரம் கொடுக்கப்பட்டிருக்கிறது.

எப்படி யாரிடம் அந்த பர்மிசன் வாங்கினான் என்று யாருக்குமே தெரியாது. அவன் பாஸீ கார்த்திக் கூட ஓம்பதரைக்கு வந்துவிட வேண்டும். மூன்று நாட்களுக்கு மேல் ஓம்பதரையை நேரம் கடந்தால் சிவப்புக்குறி விழுந்துவிடும். பின் அரைநாள் சம்பளம் கட்டாகி விடும். நாராயணன் சிறப்பாய் ஆசீர்வதிக்கப்பட்டவன்.

"போசடி.. சப் கில்த்தே. மஸா கார்க்கே ஆத்தேஹே.. அம் ஸாக் மார்க்கே.. அனா படுத்தாஹோ." புலம்புவான் ஷெட்டி. அவனுடைய அதிகப்படியான வவுச்சர்களை எப்போதும் கை வைத்து நாராயணன் விளையாடும் விளையாட்டில் கிட்டத்தட்ட நாராயணனை அவன் ஆள் வைத்து கொன்றாலும்

ஆச்சரியமில்லை என்பது போல பெரும் சண்டைகள் இருவருக்குமிடையே நிகழும்.

நாராயணன் எதற்கும் எப்போதும் சலனமுறாதவன். பத்தரை மணிக்கு வேலை ஆரம்பித்து, இரவு தேவைப்படும் வரை வேலை முடித்துக் கொடுத்துவிட்டுத்தான் போவான். விலைப்பட்டியல் அனுப்புவது, பணம் பாக்கியிருக்கும் கஸ்டமர்களிடம் முதல் முறை கால் செய்வது, வவுச்சர்கள் சரிபார்ப்பது, சில கடிதப் போக்குவரத்துகள், இந்தியா முழுவதும் பரந்து கிடக்கும் பிராஞ்சுகளுக்கிடையே பேசி, அவர்களிடமிருந்து விற்பனை லிஸ்டை வாங்குவது - இவ்வாறாக அவனது வேலை பரந்துபட்டிருக்கும்.

அவனது மலையாளம் கலந்த இந்தியைச் சகிக்க முடியாமலேயே நிறைய குஜராத்தி வாடிக்கையாளர்கள் பணம் கொடுத்துவிடுவது உண்டு என்று ஒரு ஜோக்கும் உண்டு. அதை ஒரு ஜோக்காகச் சொல்ல, ரவியின் அத்தனை வாடிக்கையாளர்களிடமிருந்தும் பணமே வரவில்லை என்றும் ரவி நிறைய பொய் சொல்லி விற்றிருக்கிறான் என்றும் அடுத்த மீட்டிங்கில் குண்டு போட்டான் நாராயணன்.

"நோ.. நோ..சார்.." என்று ரவி சாமியாட,

"என்னால.. அவன் கஸ்டமருக்கு கால் பண்ண முடியாது.. அவனையே ஒரு தடவை போன் பண்ணச் சொல்லுங்க.. இப்படியெல்லாம் பேசினா..நம்மோட கம்பெனி பெயர் கெட்டுரும் கார்த்தி. தன் டோன் டெல்மி ஐ ஹாவ் நாட் டோல்டு யூ.." என்று பேச ரவிக்கு அந்த மாதம் இறுகியது.

எப்படியெல்லாம் பேசி பணத்தைக் கறக்கிறான் என்று கம்பெனிக்கும் தெரிந்தது. எதற்கெடுத்தாலும் சால காவூகா லோக் (சரியான ஊர்க்காரங்க) என்று திட்டும் ரவி திண்டாடிப் போனான். மாதாந்திர விற்பனையையும் பார்த்துக்கொண்டு பணத்தை அவர்களிடம் போய் வாங்கி வருவதற்குள் விழிபிதுங்கி வந்தது.

பிரச்சனை வந்தால் இரண்டாம் முறையும் போய் சந்தித்து அவர்களின் பிரச்சனையை முழுவதும் நிவர்த்தி செய்யும் சுந்தரும் நாராயணனும் பேசி வைத்துக்கொண்டு அவனின் கழுத்தை அறுத்தார்கள்.

அடுத்த மாதாந்திரக் கூட்டத்தில் ரவி அதிகமாகவே வறுபட்டான். "நாராயணன் சார், ப்ளீஸ் ஹெல்ப்.." என்று வெளிப்படையாகவே கேட்க, கார்த்தி, சுந்தர், ரமணி எல்லாம் அமுக்கமாய் சிரித்துக் கொண்டார்கள்.

நிறவெறி பஞ்சாபி. நிறமும், உயரமும், நல்ல ஆங்கிலமும் அவனை மற்ற எல்லோரையும் வெறுக்க வைக்கும். கறுப்பாய் இருப்பவர்கள் உலகில் எப்படி வாழலாம், அதுவும் ஹிந்தி பேசாமல் ஆங்கிலத்தையும் கடித்துக் குதறி வாழும் இவர்கள் சென்னைக்கு கீழேதானே இருக்க லாயக்கு, பம்பேயின் புனிதத்தை கார்ப்பரேட்டின் அழகியலைக் கெடுக்கிறார்கள் என்பது அவனின் யோசிப்பின் மைய நீரோட்டம்.

"சென்னையிலிருந்து நாம் எதுக்கு ஆள எடுக்கணும்.. ஹிந்தி இல்லாம வந்து உயிர எடுப்பாங்க.. பம்பேயில இருக்கிற மதராசி பிடிக்கலேமே" இப்படியான வார்த்தைகளைப் புகைபோக்கியிலிருந்து வெளியேறுகிற புகை போல உமிழ்ந்து கொண்டேயிருப்பான்.

ஹிந்தி தெரியாமல் வருகிற மதராசிகள் ஆபிஸுக்குள் இருந்தால் பரவாயில்லை. எப்படி வாடிக்கையாளரைப் பார்க்கலாம்.? திருஷ்டி பொம்மைகள்.

நாராயணன் வறுவலை எல்லோரும் ரசித்தார்கள். மீட்டிங் முடிந்து நாராயணனை ரொம்ப நாசுக்காக வெண்ணெய் தடவ வந்தான்.

"ஏ.. நாராயணன் சாப்.. அப்படி செய்யாதப்பா.." என்றான் ஹிந்தியில்.

"க்யா சாப்.. ரவி சாப்.. அம் லோக் க்யா கர் சக்தே ஹே. சப் சால மதராசிரே.." ரொம்ப பணிவாய் சொன்னான்.

ரமணி, நாராயணன், சுந்தர் மட்டும் இருந்த சின்ன அறை அது. அவன் பணிவை தவறாக எடுத்துக்கொண்ட ரவி மேலும் நக்கலாகச் சொன்னான்.

"ஓ..தோ. பாப்ரே.. ஸ்பெசல மதராஸிரே.." எப்போதும் சிரிக்கிற நக்கல் சிரிப்பு. பெருத்த உதடுகளிலிருந்து வழிகிற விஷமப்

புன்னகை. கருப்பை, வெறுப்பை, அசிங்கத்தைப் பார்க்கிற போது கண்களிலிருந்து தெறிக்கும் துர்வாசனைப் பார்வை.

சடக்கென்று நாராயணன் சொன்னான்.

“டீக்கே ரவி.. ஆம் மதராஸி ஸ்பெசல்னா.. நீச்ச பைட்கே லெ..” என்று பேண்டின் ஜிப்பை பாதியாய் அவிழ்த்தான். ரமணியும், சுந்தரும் அதிர்ந்து போனார்கள். ரவியின் முகம் சுண்டிப்போனது. வெளிர் முகத்தை ரத்தச்சிவப்பு ஆக்கிரமித்து. அவன் உதடுகள் துடித்தன. அவன் உடையை யாரோ நடுத்தெருவில் உருவினால் வரும் அதிர்ச்சியினால் திரளும் கண்ணீர் திவலைகள் இமை ஓரம் திரையிட்டன. அவமான உச்சத்தின் அனைத்து அங்க லட்சணங்களும் அவனிடமிருந்து வெளிப்பட்டன.

அவமானம் சரி, அதுவும் சால மதராஸியிடமிருந்து அவன் எதிர்பார்க்கவில்லை. அங்கு நிற்க முடியாமல் வேகமாக வெளியேறினான். கழிவறைக்குள் போய் அவன் அழலாம். உதடு கடித்து கெட்ட வார்த்தைகளைக் காறித் துப்பலாம். அத்தனை கனமாய், வேகமாய் அவன் வெளியேறினான்.

நாராயணன் பாதி இறங்கியிருந்த பேண்ட் ஜிப்பை பதற்றமின்றி மூடிவிட்டு தனது பேக்கில் டப்பாவை போட்டுக்கொண்டு கிளம்ப தயாரானான்.

“பிராந்துடா.. இவன்.. நாயிண்ட மக.. என்னை யாருன்னு நினைச்சானுக்கும்.. நாலு மந்திரம் சொல்லி தண்ணி.. வம்சம் முழுக்க.. தூரமாகமட்டா தெரியுமோ..”

*

இது வெறும் கோபத்தில் வந்த வார்த்தைகள் அல்ல. அவனுக்கு வேறொரு முகம் உண்டு என்று ரொம்ப நாள் கழித்துத்தான் தெரிந்தது. சுந்தர் குடிக்கும்போது எப்போதாவது உதிர்க்கும் செய்திகளைக் கோர்த்தும், அங்கிங்கு என நாரயணனே சொன்னதைக் கொண்டும் ஒருவாறு நாராயணன் பற்றிய சித்திரத்தை இப்படி அறிய முற்படலாம்.

மாந்திரீக குடும்பம். யாரையும் கூப்பிடாது தன் தம்பியோடு வாழும் வீட்டில் இன்னும் சில பூசைகளை கறுப்பு வேட்டி

கட்டிக்கொண்டு செய்கிறான் என்பது சுந்தரின் நம்பிக்கை. சபரிமலைக்கு மாலை என்ற பெயரில் பலநாள் விரதம், வெளிச்சாப்பாடு தவிர்த்தல், சில நாட்களில் மஜீத் பந்தரில் சில மலையாளக் கடைகளில் அசைவத்தைச் சுமந்து கொண்டு செல்வதும் உண்டு. "என் தம்பி எல்லாம் திம்பானாக்கும்.. மனுசாள மட்டும் தான் விட்டிருக்கான்.." எல்லாம் அதற்காகத்தான் என்று சொல்வான் சுந்தர்.

கல்யாணம் செய்த பின் நாள் பார்த்து, குறிப்பிட்ட நாழிகை பார்த்து, நடுவீட்டில் விளக்கேற்றி பூசைகள் செய்த பின்பு, மனைவியோடு புணர்ந்து குழந்தையைத் தயார் செய்தான். மனைவி சரியாகத் தீட்டுக் கணக்குச் சொல்லாதலால் தப்பிதம் ஏற்பட்டு விட மூன்றாவது மாதக் கடைசியில் அவளை அபார்ஷன் செய்துகொள்ளச் சொல்லிவிட்டான். தலைச்சன் குழந்தை பொம்மனாட்டி கூடாதாக்கும். ஆம்பிளைக்குத்தான் எல்லாம் கத்துக் கொடுக்க முடியும்.. அவன் நடுக்கூடத்தில் விளக்கு ஏற்றி, பூக்களால் ஹாலை அலங்கரித்து, தனது மனைவிக்கு சந்தனம் தடவி, ஸ்லோகம் விரதத்தோடு புணர்ந்ததை சுந்தர் நிறைய தடவை சொல்லிக் கொள்வான்

சொல்லியடிச்ச மாதிரி டாண்ணு நிக்கும், சும்மா சவசவன்னு மாடு மாதிரி புரண்டு படுத்துக்காதடா.. யாரோட பீஜமாக்கும்.. மாந்த்ரீகம்னா.. வேதம்னா.. என்னடா மயிரா.. முக்கி முக்கி எத்த தடவி எடுத்தாலும் விதை விழ வேண்டாமோ.. விளையாட்டாடா. சயின்ஸ்டா.. கார்த்திக்கு நிறைய ஆண்டுகள் கழித்தும் ஏன் குழந்தை இல்லை என்பது பற்றிய ஒரு புண்ணிய விவாதத்தின் போது நாராயணன் நம்பூதிரிகளின் பீஜம் பற்றி கொடுத்த பிரசங்கத்தின் ஒரு துளி

இந்த பொம்மநாட்டி நாய் (ரூபீ நாயர்) என்ன பாத்து இடியட்ங்கிறா.. இவ பாட்டி, பூட்டியோட அரைக்கீழ மோந்து பாத்தா எங்களோட வாசனை வரும்.. எல்லாம் நேரம்.. என்னைக்கு எள்ளையும், தர்ப்பையும் விட்டு பேண்ட், சர்ட்டை போட்டாச்சோ.. எல்லா நாயும் நம்மேல் பேள்றதுகள்.."

யாருக்கும் தெரியாம நாராயணன், மாந்திரீக காரியம், ஸ்டாக் புரோக்கர் வீட்டுக்கு சுத்தி கழிக்க, ஸ்டாக் பிரைஸுக்கு சோழி

போட்டு பார்க்க, கறுப்பு துணி கொடுக்க, எடுக்க எல்லாம் பண்றாண்டா.. அதெல்லாம் இந்த வெங்காயம் நம்மட்ட சொல்றதேயில்ல.. அதுல வர்ற காசுல ஊர்ல வீடு வீடாய் கட்டிபோட்ராண்டா.. பாரு.. இவன் வாங்கிற சம்பளத்திலே.. கல்யாண லோனே போடாம வீடு வாங்க முடியுமாடா.. தாயோலி.. அப்படி இப்படின்னு காசு பாத்தர்றானேடா.. (எல்லோரையும் விட முதலில் வீடு வாங்கியவன் அவன் தான்)

கோப்பெழிஞ்ஞியா சேரி (அக்கிரகாரம்) முழுக்க, கிட்டத்தட்ட மும்பைக்கு கொண்டுவந்து விட்டான். கல்யாண், டோம்பிவிலி, டிட்டுவாலா, உல்லாச் நகர் என்று பரவிக்கிடக்கிற அவன் சேரிக்கு அவன் தான் எழுதப்படாத தலைவன்.

கம்பெனி மூடிக்கிடந்த போது அவனே அனந்தராமன் சார் வீட்டுக்கு போய், நம்பிக்கையில்லாத அவரிடம் கெஞ்சிக் கூத்தாடி பூசை செய்துவிட்டு வந்தான் என்று ஒரு பேச்சு உண்டு. "சார்.. நம்ம கம்பெனி நல்லதுக்கா என்ன பண்ண அலவ பண்ணுங்கோ"ன்னு சொல்லி அவன் பண்ணியது வெறும் பகவதி பூசையல்ல. கிட்டத்தட்ட ஆறுமணி நேரம் உடம்பு விறைத்து, உடம்பெல்லாம் ஆறாய் பெருகி வியர்வை ஊற அவன் செய்த பூசைக்குப் பின்னர் அந்தக் குடும்பத்தின் சொல்ல முடியாத வியாதிகள் குறைந்தன. அனந்தராமன் சாருக்கு ரூபி என்கிற சாத்தனின் பிடியிலிருந்து விடுதலை கிடைத்தது. கம்பெனி லாக் அவுட் பிரச்சனைக்கு பின்னான தினங்களில் தனது மனம் அவளின் உடம்பைக் கண்டு கட்டுறாமல் அதைக் கண்டும் காணாதது போலிருக்கும் ஒரு மனநிலை எப்படி வந்தது என்று ரொம்பவே அதிசயித்துப் போயிருந்தார். யட்சி பின்னால் போகும் யௌவனின் கதையை அம்மா சொன்னது அப்போது நினைவுக்கு வந்தது. யட்சி உடம்பு மட்டுமல்ல. அவள் தனது மனதின் ஒரு பகுதியை முழுக்க எடுத்துக்கொள்கிறாள். தேவைப்படும்போது தன் உடலை உபயோகித்துக் கொள்கிறாள். மற்ற நேரங்களின் அதன் ஆளுமையோடு தான் இத்தனை நாள் கழித்த நாட்கள் நினைவுக்கு வந்தன. சடக்கென்று அந்த பிடியிலிருந்து எப்படி விடுபட்ட்து என்று அவருக்கே தெரியவில்லை. இந்த லாக் அவுட்டின் போது இருந்த டென்சன், விழிப்புற்ற மனம், குருமூர்த்தியின் அருகாமை, மடத்திற்கு போய்விட்டு வந்தது,

மறுபடியும் தான் தொழில் தொடங்கிய போது நம்பிய மனைவியின் முகம், பணத்திற்காக இன்றி தன்னை மட்டுமே நம்பும் அவளின் கல்மிஷமில்லாத முகம், அம்மாவின் முகத்தால் மருண்ட மகனின் மனது, எல்லாவற்றையும் விட மறுபடியும் நம்மை மறக்காமல் டேவிட் தமக்காக நல்ல வார்த்தை சொன்னது - எது தன்னை யட்சியிடமிருந்து விடுவித்தது என்று எண்ணிப் பார்த்தார். எந்த விடையும் கிடைக்கவில்லை.

“கம்பெனி திறந்தாச்சு.. இனிமே என்ன.. நம்ப மேடம் தான் டைரக்டர்.. இப்ப ஸ்லீப்பிங் டைரக்டர்.. இனிமே முழு டைரக்டர்.. சார் அப்பப்ப வந்து பாத்துட்டு போவார்.. இனிமே அவளே நக்க பழகிக்கணும்.. என்ன நாறப் பொழப்புடா.. பேசாம் கூடிய சீக்கிரம் கம்பெனிய விடப்போறேன்..” சுந்தர் புலம்பினான்.

“ஹூம். அவளுக்கு நம்ம சாப்ட்வேர் டிவிசன்ல ஒரு மண்ணும் தெரியாது.. அன்னிக்கு ஏன் ரமணி பாஸ்வேர்ட்ல ஏன் லெட்டர் டைப் பண்ணினா தெரிய மாட்டேங்குது.. வாட் சாப்ட்வேர் யூ ஆர் டூயிங்கிறா.. எங்களால சிரிப்பை அடக்க முடியல.. வெளிய போய் விழுந்து விழுந்து சிரிச்தோம்.. சித்ரா ஹால்லயே அவ முன்னாடி சிரிச்சிட்டாளா.. அடுத்த மாசத்துல அவ சீட்ட கிழிச்சிட்டா.. கார்த்திக் எத்தன தடவி கெஞ்சினாலும்.. எவ்வளவு பெரிய சீனியர் மேடம் சித்ரா பாவம்.. அவள.. ஒரு லெட்டரலா சாக் பண்ணிட்டா.. இந்த கூமுட்டை கிட்ட இனிமே ரிப்போர்ட பண்ணனும்டா..” ரமணி கூட புலம்பினான்.

நாராயணன் அமைதியாகச் சொன்னான்.

“அவ ஆட்டம் போடுவாள்... யட்சியை கொளுத்தியாச்சு.. ஆனா புகையிற வரைக்கும் தும்மல் இருக்கும்.. கொஞ்ச நாள்ல எல்லாம் அடங்கிரும்.. என்ன மயித்துக்குடா. இங்க நீங்க ஜீவிதம் பண்ணிண்டு இருக்கேள்.. நீங்க எல்லாம் அமெரிக்கா பாத்து ஓட வேண்டிதானடா.. “

14

“டேய்.. கார்த்தி.. நீ என்னடா.. கொஞ்சம் புத்திசாலியெல்லாம் உன் டீமில வெச்சிண்டிருக்க.. உனக்கு ஆபத்துடா..” வெங்கடாசலம் சொன்னான். ரமணிக்கு கார்த்திக்கிடம் அப்படி பேசினது புதிதாகவும் மகிழ்ச்சியாகவும் இருந்த்து.

“ஒக்காலி.. இன்னிக்கு காலைல தண்ணியடிச்சிட்டியா..” கார்த்தி தலையில் அடித்துக் கொண்டான்.

“உன் டீமிலிருந்து ஒருத்தன் உருப்படியா கேள்வி கேட்கிறாண்டா.. இனிமே உன் புராடக்டு உருப்படிரும் போல..”

“நாசமாப் போச்சு. இவ எங்கயோ படிச்சிட்டு வந்து க்ளெயிண்ட் கமிட் பண்ணிட்டான். க்ளெயிண்டு கூமுட்டை அதையே பிடிச்சு தொங்கிட்டு கழுத்தை அறுக்கிறான்.. அதுதான் உங்கிட்ட வந்து தொங்கித் தொலக்க வேண்டியிருக்கு..”

சிவராமன் புராடக்ட் ஆர்க்கிடக்ட். மென்பொருள் வரிகள் எழுதுபவன். திருத்துபவன். மேம்படுத்துபவன். புதிய யோசனைகளை உள்ளே புகுத்துபவன். புதிது புதிது செய்து சீக்கிரமே போராகி, பாரில் புதுப்பித்துக் கொள்பவன். பார் இல்லாவிட்டால் கோவில். கோவில் போரடித்தால் பார். இரண்டுமே அவனுக்கு ஒன்றுதான். உலகத்து தொழில்நுட்பத் தண்ணியெல்லாம் தனது வாட்டர் பாட்டிலில் குடித்துவிட வேண்டும் என்று எண்ணுபவன்.

அவன் வேகத்திற்கு வராத நத்தைகள் நிறைந்த அந்த நிறுவனத்தை அவன் மதிப்பதில்லை. மனிதர்கள் மீது நட்பும் பாராட்டும் இருக்குமளவுக்கு அவர்களின் அறிவற்றத் தனத்தின் மீது ஒரு வெறுப்பு இருந்தது.

கார்த்திகிற்கும், சிவராமனுக்கும் ஒரு ஆத்மார்த்த நட்பு இருந்தது. இருவருக்கும் நாலு தங்கைகள். குடும்ப பாரம். சிவராமன் தன் தங்கைகளை நிறைய படிப்பு கொடுத்து தன்னைப் போலாக்குவதில் நம்பிக்கையுடையவன். கார்த்திக்கிற்கு அவர்களை கல்யாணம் செய்து கொடுத்து, அப்பா நிலத்தை மீட்டுக்கொடுத்தலே

இலக்காயிருந்தது. ஒரே புள்ளியிலிருந்து வெவ்வேறு திசைகளை நோக்கிப் போய்க்கொண்டிருந்தாலும், உள்ளூற இருவருக்கும் மற்றவரைப் பற்றிய மதிப்பு இருக்கும். இருவர் பேசிக்கொள்வதும் நட்புள்ள சிங்கங்கள் உறுமிக்கொள்வது போல இருக்கும்.

ரமணி வாடிக்கையாளருக்குச் சொன்ன யோசனை சிவராமனுக்குப் பிடித்திருந்தது.

“நாம் அவனுக்கு மென்பொருள் கொடுத்தாகிவிட்டது. அதிலிருந்து அவனுக்கு தேவையான ரிப்போர்ட்டை அவனே வடிவமைத்து அதிலிருந்து எடுத்துக்கொள்ள வேண்டும். ஒவ்வொரு முறையும் என்னிடம் வா, நான் பணம் தாளிக்கிறேன் என்று சொல்வது தப்பு. அப்படி அதை உபயோகிக்கும் பட்சத்தில் நம் பொருள் அவனுக்கு அன்றாட வாழ்க்கைத் தேவையான ஒன்றாயிருக்குமேயொழிய ஒரு பகட்டாக இருக்காது.

தொழில் தேவையாயிருக்கும் பட்சத்தில் நாம் கேட்கும் பணத்தைக் கொடுக்க வேண்டும். மெல்ல மெல்ல நம் விலையை ஏற்றலாம். ஒவ்வொரு வருடத்திற்கும் மேம்பாட்டு செலவு, பராமரிப்புச் செலவு என்று கொஞ்சம் கறக்கலாம்..”

“கார்த்திக், இதைத்தான் செல்ப் டூல்னு நான் ஓலே பண்ண ட்ரை பண்றேன்.. இது மட்டும் வந்தது.. உன்னை யாரும் ஒரு வருசத்துக்கு கை வைக்க முடியாது. உன்னோட கம்படிட்டர் இத புரிஞ்சு பண்றதுக்குல்ல.. மார்க்கெட்டுல சத்தம் போட்டு வித்து தலைல கட்டிடு.. அதை நீ நன்னாவே பண்ணிடுவே.. ஐ வில் டெல் திஸ் வுட் மேக் பீக் லீட்..”

கார்த்திக் சொன்னான் “அதெல்லாம் சரி.. நீ பண்ணனது எல்லாம் ஒழுங்கா ஓர்க் பண்ணனுமே.. அது என்னிக்கு ஓர்க் பண்ணி, என் காதெல்லாம் கிழிய என் குடும்பத்தை பத்தில்ல திட்டுவானுங்க.. இந்த புரோக்கர் பத்தி தெரியுமுல்ல.. நீ பாட்டுக்கு குடிச்சிட்டு குண்டிய தட்டிட்டு போயிடுவ.. சார் கண்டுக்கவே மாட்டாரு.. என்ன கலெக்சன்னு மட்டும் கேப்பாரு.. எங்க தாலி அந்திரும்.. ஏதோ பண்ணித்தொலை.”

“டேய்.. நீயெல்லாம் இப்படி பேசிப்பேசியே சாகப்போறடா. ஏய்.. ரமணி இந்த கம்பெனியிலிருந்தா நீயும் இப்படி பேசி

அழிஞ்சிருவ.. இவனுங்கள்ளாம் திண்ணைல வெத்திலபாக்கு விக்கிறதுக்குத்தான் லாயக்கு.. பில்கேட்ஸை பாரு.. விண்டேஸ் கொண்டு வந்தான். எத்தனை பக்ஸ்.. ஓலே அதுக்குள்ள இன்னொன்னு.. அப்படித்தாண்டா.. கார்த்தி புராடக்டு மார்க்கெட்டுக்கு வரணும். இதென்ன நீ வெந்திருச்சான்னு கை வச்சு அழுத்தி பாத்து கீழேயிறக்கிற ஆயா கடை இட்லியா..”

ரமணிக்குப் பிடிக்கும். சிவராமன் ஒரு கனவினன். அவனால் புராடக்டு உயிர் பெற்றது. அவன் எதிர்காலத்தில் மட்டும் வாழ்ந்து கொண்டிருந்தான். அவன் வளர்ச்சி அதிகமாகி அவன் வெறும் பார்ட் டைம் கன்சல்டாகாக மட்டும் இருந்தான்.

“சார்.. உங்க வேலை என பசிக்கு சோளப்பொறி” என்று சொல்ல சார் எழுந்து அவனை கட்டியணைத்துக் கொண்டார்.

“நீ நன்னா பண்ணுடா. இது உன்னோட ஹோம்.. கார்த்திக்கு என்ன வேணுமோ பண்ணிக்கொடு.. அன் ப்ளை ஹை..” கை குலுக்கினார்.

“சிவராமன் வெத்து வேட்டு.. சும்மா கனவு கண்டுட்டிருந்தா போதுமா. நாலு புராடக்ட் பண்ணமா, காசு பாத்தமான்னு போகாம, இண்டெல், மைக்ரோஸாஃப்ட் பண்ணாததையா நாம மயிர் பிடுங்க போறோம்.. நல்ல ஆளு.. ஓவர் ஆம்பிசியஸ்.. நோ பிராக்டிகாலட்டி.. அடிபட்டு வழிக்கு வருவான்..” கார்த்திக் சிரித்தான்.

சிவராமன் பெரிய வழிக்கு வந்தான். அடுத்த சில வருடங்களில் வந்த புரொசர் டெக்னாலஜி கம்பெனியின் ஒரு இயக்குனராகி பேப்பர்களில் செய்தி கசிந்தவுடன் தான் அவனின் மகிமை தெரிந்தது.

அடியும் பட்டான். பெண் வழக்கில் சிக்கி தான் சம்பாதித்த பணம் இழந்து, நிறைய கம்பெனி ஆரம்பிக்க போய் ஆள் துணையற்று செத்தும் போனான்.

15

கார்த்திக் தன்னை தனியே மாடுங்கா ஹோட்டலுக்கு கூட்டிப்போகும் போதே சந்தேகம் வந்தது.

"ஹூம் சொல்லு.. எப்படி போயிட்டிருக்கு.." என்று ஒரு இருபது தடவையாவது கேட்டிருப்பான்.

பொதுவாகவே அவன் யாரையும் பேசவிடாமல் அவனே பேசிக்கொண்டிருக்கும் வழக்கம் உள்ளவன். இன்று அளவுக்கு மீறி அமைதியாய் கேட்டுக்கொண்டிருந்தது ரமணிக்கு உறுத்திற்று.

சாப்பிட்டு முடிந்தபின் நடந்து ரயில்வே ஸ்டேசனுக்கு வந்தான். அப்போதும் அவன் பேசியது எதுவுமே சரியில்லை. கம்பெனியை விட்டு போனவர்களை பற்றி ஒரு நீளமான லிஸ்ட் வைத்திருப்பான். அவர்களை மென்மையாகவும், தட்டியாகவும் திட்டியபடி வந்தான். இடையிடையே கேப். ரமணி முகம் பார்த்தல்.

"சார் ரொம்ப தெளிவு. எவன் நம்மட்டயிருந்து ஒரு தடவை வேலையை விட்டு போனானோ அவனுக்கு அவ்வளவு தான்.. டோர் குளோஸ்டு"

ரமணிக்கு அன்வர் அலி ஞாபகம் வந்தது. எந்தக் காழ்ப்புணர்வுமின்றி தனக்கு உதவியவன். நம்பிக்கை கொடுத்தவன். நெம்பர் ஒன் சேல்ஸ் ஆளு. வேகமாய் வளர்ந்து வந்த அவனை எதிர் கம்பெனி வலைவீசித் தேடிப்பிடித்து, பதவி உயர்வு கொடுத்து, அதீத சம்பளம் கொடுத்து எடுத்தது. அவன் போனது கார்த்திக் டீமை ஆட்டம் கொடுத்தது. கார்த்திக் கீறப்பட்ட புலியாய் உலவிய நேரங்கள்.

அன்வர் அலி அவன் விற்கிற பொருளைப் பற்றி பேசப்படுவதைவிட அவன் விற்ற, அவனது எதிராளி பொருளில் இருக்கிற Bugs குற்றங்களைப் படம் போட்டு காட்டுவான்.

எதிராளி கம்பெனி அதைக் காட்டியே சில இடங்களில் ஆர்டரைத் தட்டிப் பறித்தது. வேக வேகமாய் கார்த்தி அழுது புரண்டு இருக்கிற பக்ஸூகளை வெகு வேகமாய் சரி செய்தான்.

சிவராமன் கொஞ்சம் அல்லும் பகலும் வறுக்கப்பட்ட தினங்கள். நிறுவனமே தலையை உடைத்து, புதுசாய் ஏதாவதை கொண்டு வர முயற்சித்தது.

அப்போதுதான் ஓலே வந்தது. பழைய ஒயின் புது பாட்டில்ல்ல என்கிற வாசகத்தோடு அது சந்தையைத் தொட்டது. புதுப்பொருள், புதிய விலை என்று ஒரு யோசனையை அனந்தராமன் சார் கொண்டு வந்தார். பொருள் இன்னும் மூன்று மாதத்தில் வரப்போகிறது. அப்போது அதன் விலை ஒரு லட்சத்திற்கு மேலேயிருக்கும். இப்போது புக் செய்து அட்வான்ஸ் கொடுக்கும் பட்சத்தில் பாதியை விட குறைந்த விலையில் கிடைக்கும் என்கிற விளம்பரம் பத்திரிக்கையில் வந்தது.

நிறைய சின்ன ஊர்களில் வேகவேகமாய் கான்பரன்ஸுகள் நடத்தப்பட்டன. அதை ஏற்கனவே உபயோகிக்கிற சில வாடிக்கையாளர்கள் வந்து பேசினார்கள். அந்த மூன்று மாதத்திலும் இந்தியா முழுக்க விற்பனையில் அனல் பறந்தது. பம்பேயை விட சின்ன மெட்ரோக்களான குஜராத், டில்லி போன்ற சின்ன சந்தைகளிலிருந்து வியாபாரம் தீ கொழுந்துவிட்டு எரிந்தது.

அன்வர் அலிக்கு தெரிந்துவிட்டது இனி நமது பருப்பு வேகாதென்று. கொஞ்ச நாளில் ஜெய்ப்பூருக்கு தனது சொந்த வியாபாரம் பார்க்க போய்விட்டான். அந்தக் கம்பெனி துரத்திவிட்டது என்பது கார்த்தியின் தரப்பு.

“ரவிப்பய.. என்னெல்லாம் இங்கிருந்து ஆட்டிட்டு போனான். அங்க போய் என்னத்த கிழிச்சான்.. அவனுங்கள்ளாம் யூஸ் பண்ணிப்பானுங்க. நம்மட்டயிருந்து எவ்வளவு சீக்கிரமாய் கஸ்டமர் தட்ட முடியுமோன்னு பாப்பான். இல்லையா. வேணாம்னு கழட்டி விட்டுருவான்..”

“அவன் போன நாலு கேசையும் நா சுக்குநூறா உடைச்சேன். எங்கிட்டேயே கத்துகிட்டு நமக்கே நூல் விட்டடா நாம் என்ன கே நா கூ நாவா.. அவ கொடுக்கவே முடியாத ப்ரைஸ்ல குளோஸ் பண்ணினேன்.. இன்னும் ஒரு நாலு மாசம் எந்த குளோசிங்கும் இல்லைன்னா.. அவன அங்கிருந்து தூக்கிருவானுங்க.. அவ்வளவுதான்.. ரோட்டுல நிப்பான்..”

கார்த்திக் எதற்கு இந்தக் கதையை தன்னிடம் மறு ஒளிபரப்பு செய்கிறான் என்று ரமணி யோசித்துக் கொண்டிருக்கும் போதே மாடுங்கா ஸ்டேசன் வந்தது. ரயில் பணிமனை கீழேயிருக்க, அந்த நீண்ட பாலத்தில் வரும்போது கேட்டான்.

“நான் கேள்விப்பட்டேன்.. நீயும் வெளியெல்லாம் இண்டர்வியூ போயிட்டு வர்ற மாதிரி..”

“நோ. கார்த்தி.. அதெல்லாம். இல்ல..”

“ச்சீ. ஐ காண்ட் ஸ்டப் யூ என்ன.. ஜஸ்ட் அஸ் ப்ரெண்டு சொல்றேன்.. டேக் கேர்.. யூஸ் பண்ணிட்டு துப்பிட்டாங்கன்னா.. என்ன இங்கயும் இல்லாம அங்கயுமில்லாம ஊர பாத்து போக வேண்டியதான்..”

ரமணிக்கு அவனது நிறுவனமே உலகம்.. வேறு எந்த நிறுவனத்திற்கும் வேலைக்கு போக ரொம்ப நாள் பயப்பட்டான். சுந்தர் ரகசியமாய் சில வேலைகளுக்கு முய்றசி பண்ணுவதாக சமிக்ஞைகள் வந்தது. அவனே எத்தன நாள்றா இங்க குப்பைங்க மாதிரின்னு பேச ஆரம்பித்துவிட்டான். ஆனாலும்,‘நடு ரோட்டுல நின்னு, ஊர பாத்து போக வேண்டிய நிலைமை’ அவனுக்கு தூங்காத நிறைய இரவுகளைக் கொடுத்தது.

கார்த்திக்கிடம் மன்றாடி அதை நம்ப வேண்டாமென கேட்டுக்கொண்டான். இரண்டு நாள் பேசாமல் இருந்த கார்த்திக் அதற்கு பிறகு கூப்பிட்டு தனது நல்லதிற்கு தான் சொன்னதாகவும், தான் எப்பவுமே நலம் விரும்பி எனவும் சொல்லிக்கொண்டான்.

அடுத்த வாரம் நீ புனேவிற்கு, அகதாபாத்திற்கு போகலாம் என்று சொல்லிவிட்டு இரண்டு நாள் கழித்து ஒரு பஸ் டிக்கெட் கொடுத்து வேறு ஊருக்கு அனுப்பினான். கொஞ்ச நாள் இருந்துவிட்டு, பிராஞ்ச் செட்டப் பண்ணிட்டு வான்னு அனுப்பினான்.

ரமணிக்கு அவன் நம்பிக்கை மகிழ்ச்சி அளித்தது.

“இங்கிருந்தா வேறெதாவது இண்டர்வியூ கால் வரும்னு அனுப்பிச்சேண்டா. கூமுட்டை.. “ என்றான் நாராயணன் இன்னொரு சந்தர்ப்பதல்.

"சரிடா. நான் இண்டர்வியூ போறேன்னு.. யாருடா வத்தி வைச்சா " ரமணி கேட்க,

"நான் தாண்டா.." நாராயணன்.

"அட நாயே. ஏண்டா.."

"சுந்தர் சொன்னாண்டா. எனக்கு அப்பத் தெரியாது கேட்டியா. அவன் இண்டர்வியூ அட்டெண்ட் பண்ணிட்டு உம்பேரை கோத்து விட்டான்.."

அப்படிச் சொன்ன பொழுதில் நாராயணனுக்கும், சுந்தருக்கும் ஏதோ ஒரு மனக்கசப்பான நேரம்.

ரமணிக்கு தான் எல்லோராலும் ஏமாற்றப்படுகிறோம் என்றும் தனக்கு சமார்த்தியம் பத்தாது என்றும் ஆழமாய் நம்ப ஆரம்பித்தான்.

16

எல்லாரும் உதிர்ந்து போன பின்பான பங்குச் சந்தை தெரு எந்தச் சத்தமுமின்றி நாய்போல படுத்திருந்தது.

மோதிலால் பாய் மெல்ல நடந்தபடியே அந்தக் கட்டிடத்தைப் பார்த்தார். யாரும் பார்த்துவிடக் கூடாதேயென்ற பயமும் இருந்தது. இந்தக் கட்டிடத்தைப் பார்க்காமலும் இருக்க முடியவில்லை.

கடந்த ஆறு வாரங்களாக ஸாட் சேல் பண்ணி பண்ணி இப்போது பெரும் அம்பேல். விற்பதற்கு சரக்கு இல்லை. கீழே போகுது, இன்னும் போகும் என்று நம்பத் தகுந்த வட்டாரங்களிலிருந்துதான் செய்தி வந்தது. ஹாஸ்த் பாய் சொன்ன சொல் தவறியதில்லை. ஒரு விசயம் வந்தால் அது முழுக்க உண்மையாயிருந்தால் மட்டுமே தருவார். அதுவும் அவர் விளையாடிய பின்பு தான் தருவார். அதானாலென்ன, அவருக்கு பத்து ரூபாய் கிடைக்கிற இடத்தில் எனக்கு இரண்டு ரூபாய்.

ஏதோ பெரிய விளையாட்டில் இருக்கிறார் என்று கேள்வி. எங்கிருந்து இத்தனை பணம் புரட்டுகிறார் தெரியவில்லை. பெரிய கம்பெனிகள் இவரை வைத்து விளையாடுகின்றன என ஒரு செய்தியும் உண்டு. ஏதோ ஒன்று. செய்தி கிடைக்கிறதா? போய் நாலு கத்தி, நாலு வித்து, நாலு வாங்கி வண்டி ஓடுகிறது. நன்றாகவே ஓடுகிறது.

ஒரு பெட்டி, நாலு துணி, சில நூறு ரூபாய், மார்வாடி ராஜஸ்தான் ஜாதி சங்கத்தில் தூங்க அனுமதிக்கும் ஒரு கடிதம் இவற்றோடு இறங்கியது. தேவலாம்.

ஆனால் போதாது. இதே கட்டிடத்தில் வாடகை அலுவலகம் போதாது. ஹர்ஸத் பாய் போல பெரிய ஆபிஸ் வேண்டும். எத்தனை பேர் இருக்கிறார்கள். எவ்வளவு சம்பளம் கொடுப்பார். அவ்வளவு பெரிசாக வேண்டும்.

நாசமாகப்போக. இப்படி எண்ணித்தான் நடுத்தெருவில் நிற்கிறோம் என்று நொந்து கொண்டார். கொஞ்ச நஞ்சம் சேர்த்து வைத்ததும் போகப்போகிறது. கவர் செய்துதான் ஆக வேண்டும்.

இதற்கு மேலும் பத்லாவில் பணம் எடுக்க முடியாது. ஒரே வழி ஓடிப்போதல். பணம் கொடுக்க வேண்டாம். ஆனால் மறுபடி ஊருக்கோ, பம்பேய்க்கோ திரும்ப முடியாது.

ஓடிப்போன சார்த்து பாயின் நிலமை எவ்வளவு மோசம். அவருக்கு ஜாமீன் கையெழுத்து போட்டவர்கள் ஊருக்கெல்லாம் தெரியப்படுத்தி, ஊரில் தெருவில் குடும்பமே மானமிழந்து, இனிமேல் சார்த்து பாய் எங்கேயும் தனது வியாபாரத்தை தொடங்க முடியாத மாதிரி நெருக்கடி. சார்த் பாயின் வயதான கண் தெரியாத அப்பா ஊர்ச்சபை முன் வந்து மன்னிப்பு கேட்டார். சார்த் பாய்க்கு இனிமேல் அந்த வட்டத்தில் வாழ்க்கையில்லை. கண் காணாத இடத்தில் வாழ்ந்து என்ன, செத்து என்ன?

பாவின் காக்கா அதைத் தான் செய்தார்? பெரிய பொஸிஷன் எடுத்திருந்தார். மரண அடி. கொடுக்கப் பணமில்லை. இருக்கிற சொத்தை விற்க மனமுமில்லை. விடுவதற்கு உயிர் மட்டுமே இருந்தது. விட்டார். செய்தித்தாள்களில் கூட வந்திருந்தது.

தன்னால் ஓடவும் முடியாது, உயிரை விடவும் முடியாது. இரண்டுமே கூடாது.

கொஞ்ச நாளாய் தினமும் படுக்க அதே இடத்திற்கு போவதில்லை. ஒரு சில நாட்களில் பெரிய புரோக்கருக்குத் தெரிய வந்து பணம் கட்ட ஆள் தேடிவரலாம். கொடுக்க வேண்டிய பணம் சில லகரம் தாண்டும். தன்னை நம்பி யார் கொடுப்பார்கள், போலிஸ் ஸ்டேசனில் புகார் கொடுக்கலாம்.

யோசித்தபடியே சந்தை வீதியில் நடந்தார். ஆசுவாசமாய் இருந்தது. சோகத்தை இறக்கி வைத்தது போலயிருந்தது. யாரிடமோ மனசு விட்டு பேசியது போலயிருந்தது. யாரோ ஆறுதல் சொன்னது போலயிருந்தது.

சாண்ட்விச் காக்கா இன்னும் கடை மூடவில்லை. காக்காவின் சாண்ட்விச் தான் தனது தினசரி இடைவேளை உணவு. ஒவ்வொரு நாளைக்கும் ஒவ்வொரு சாண்ட்விச் அல்லது சுட்டு பட்டர் தடவிய அப்பளம். மதிய நேரங்களில் ஆந்திராக்காரன் போடும் வகை வகையான உப்புமா. அதற்கு நடுவில் ஊற்றும் கொத்தமல்லி சட்னி.

“காக்கா.. ஹே ய் ஸாகா..” கேட்டபடி உட்கார்ந்தார்.

“அச்சாரே.கபர் மாலுமேனா..”

“என்ன விசயம்” உட்கார்ந்தபடியே ஒரு வெள்ளரிக்காய் எடுத்து தின்றார்.

ஹிந்தியில் “நம்ம ஹர்ஸத் பாய் இருக்கான்ல.. அவன் தற்கொலை பண்ணிகிட்டான்”

உள்ளே போன வெள்ளரிக்காய் தொண்டைக்குழியிலே நின்றது.

ஹிந்தியில் “என்ன சொல்றீங்க”

“ஒருமணி நேரத்துக்கு முன்னாடி நியூஸ்.. கொஞ்ச நேரத்துல ரிசல்டு என்னான்னு தெரிஞ்சிரும்..”

மோதிலால் மூச்சடைத்து உட்கார்ந்தார். ஏன்? என்ன ஆயிற்று? இந்த செய்தியால் இன்னும் விலை கீழே போகலாம். அவரது வாழ்க்கை மட்டுமல்ல அவரைச் சுற்றி தன்னைப்போல இருக்கிற சிற்றெறும்புகளின் வாழ்க்கையும் நசுங்கிப் போகும்.

தனக்கு முன்னே இருக்கிற கட்டிடம் தன்மீது விழுந்து தன் உள்ளே போக மாட்டோமா?

அது எப்படி போகும்? அப்படி போயிருந்தால்தான் ஹர்ஸத் பாய் அப்படிச் சாவதை விரும்பியிருப்பாரே.

அதன் ஒவ்வொரு செங்கல்லையும் ரசித்தவரல்லவா.. அவர்.

“கவர்ண்மெண்டுக்கு கூச் கபர் மீலாகா.. கொய்.. கோட்டால சால்ரேகே கர்கே.. நயிதோ மார்க்கெட்டுக்கா பாவ் இத்தன சால்தகே க்யா.. கவர்மெண்டுக்கு ஏதோ துப்பு கிடைச்சிருக்காம்.. ஏதோ தப்பு நடந்திருக்குன்னு.. இல்லைன்னா மார்க்கெட்டு இவ்வளவு மேலே எப்படி போகும்னு..”

மோதிலாலுக்குத் தெரியும். காக்கா சொன்னால் சரியாகத்தானிருக்கும். இங்கு இருபது வருடங்களாக ஏதாவது ஒரு கடை மாத்தி ஒரு கடை போடுபவர். கடை அவருக்கு வெறும் முகவரி தான். அவருக்கு ப்ளோரில் தெரியாத முகங்களல்ல, அவர் கையில் சாண்ட்விச், அப்பளம் திங்காத மனிதர்களில்லை.

அவருக்கே லட்சக்கணக்கில் பங்குகள் உண்டு. வெறும் கை நாட்டுதான். பணத்தை மடியில் கட்டி கொடுத்துவிட்டு வந்துவிடுவார். ஒரு சில தெரிந்த நண்பர்களிடம் மட்டும் பண்ணுவார்.

“க்யா சூத்தியா.. குஜராத் லோக்கா.. பைசாக்க இத்தன.. பீச்சே லக்தேஹோ.. உத்தனா.. நீச்சே கிரா..பிர்பி சூசைட் நஹீ கர்னேகாதா.. ஏக் மார்வாடி கபிபி நஹீ கரேகா.. அமாரா லைப் உதர்சீ கப்பீ பெத்தரியே.. சாலோ, ஜெயிலோ ஹம்கோ க்யா பரக் படுதாஹே.. (குஜராத்தி ஆளு பணத்துக்கு பின்னாடி இப்படி அலைஞ்சா.. கீழே விழுவ.. ஆனாலும் அவன் தற்கொலை பண்ணிருக்க கூடாது.. ஒரு மார்வாடி எப்பவும் அப்படி பண்ணமாட்டான்.. நம்ம லைப்பு எப்பவும் பெட்டராத்தான் இருக்கு.. குடிசையோ ஜெயிலோ என்ன வித்தியாசம்..சாகறதை விட..)” சொல்லிவிட்டு காக்கா சிரிக்கும்போது மோதிலாலுக்கு போதிமரத்தின் நிழல்கள் தெரிந்தன.

இருட்டில் கண்ணீரைத் துடைத்துக்கொண்டார். மேத்தாவின் தற்கொலைக்குப் பின் தனது ஆறு மாதங்கள் மிகக் கடுமையாய் இருந்தன. ஆனாலும் குட்டிக்கரணம் அடித்து, பிழைத்து தப்பித்து உயிர் வாழ்ந்தார். நிறைய சுடுசொல். நிறைய கடன். நிறைய வட்டிகள். நிறைய ஏச்சுகள். நான் இங்கேயே இருப்பேன், எக்காலத்திலும் இந்த தெருவை விட்டு போவதில்லை. எனது தொழில், சுவாசம், மூச்சு இதுதான். இதிலிருந்துதான் என் வாழ்க்கை. எந்தக் காரணம் கொண்டும் தற்கொலைக்குப் போகமாட்டேன். உயிரிருந்தால் பணம். பணத்திற்காகத்தான் உயிர்.

“தோக்கோ. மோதிலால் பாய்.. ஏ ஹோனா.. அமரா.. மா.. ஹே.. ஹம்கோ கபிபீ மார் நஹி டாலஹீ. காலி தேகி.. லாத் மாரேகி.. கபிபீ ஜீவன் நஹீ லேகி.. உஸ்கோக்கோ ப்ராத்தானா கரோ. சாப் டீக் ஓஜயஹா.. (மோதிலால் பாய், இந்த கட்டிடம் இருக்கிறதே.. நம்மை எப்போதும் கைவிடாது.. அடிக்கும்.. அணைக்கும்.. நம்மை கொல்லாது.. அதை பிரார்த்தனை செய்.. எல்லாம் சரியாகிவிடும்..” இந்தக் கட்டிடம் அம்மா. அந்த வரி

மோதிலால் எப்போதும் மறந்ததேயில்லை. கத்திய புளோர்கள் மறைந்து, கணிப்பொறிகள் வந்தன. பிளஸ்ஸுக்கு இணையாக என் எஸ்ஸி வந்தது. கிராமத்திலிருந்து அம்மாவை கூட்டி வந்தார். இங்கேயே இருக்கிற மார்வாடி பெண்ணை திருமணம் செய்து கொண்டார். வரும்போதும், போகும் போதும் கட்டிடத்தின் முன் குனிந்து வணங்கி தனது குலதெய்வமான ஜக்கி மாதாவை ஜபித்துவிட்டு தான் வேலைகளை ஆரம்பிப்பார். பெரிய வெளிநாட்டு நிறுவனங்கள் வந்தன. தனது அலுவலகத்திலும் தனது நண்பன் ஓஸ்வாலை துணைக்கு வைத்து கொண்டார். நீ நிறுவனங்களை படி, பேசு, ஆராய். நான் விற்கிறேன் வாங்கறேன். இனி புரோக்கர்கள் வெறும் கூவி விற்பவன் மட்டுமல்ல, இதன் நிறம், தளம் மாறப்போகிறது. இப்படியே இருந்தோம் எனில் இன்னும் பத்து வருடங்களில் அழிந்து விடுவோம். மாறு. மாறு..

கார்த்திடம் சொன்னார், இங்க பாரு கார்த்தி எனக்கு உன்னிடம் கொடுப்பதற்கு பணமில்லை. மெல்ல மெல்ல கொடுப்பேன் என்னை நம்பு. ஆனால் ஓஸ்வாலுக்கு எல்லாமே வேணும். உனது டெக்னிகல், பண்டமெண்டல் சாப்ட்வேர், நியூஸ் சாப்ட்வேர் எல்லாமே கொடு. எந்த கொம்பனுக்கும் இளைத்த டெக்னாலஜி என்னிடம் இருக்கக் கூடாது. ஓஸ்வால் அதில் தான் அவன் ஆராய்ச்சி செய்ய வேண்டும். பணம் கிடைக்கும்போதெல்லாம் கொடுப்பேன். என்னை நம்பு என்றார். கார்த்திக் சத்தமே போடாமல் ஒரு வருடத்தில் பணத்தை வாங்கிக்கொண்டான். அவ்வளவு மெல்ல வாங்கியதற்காக அவனது நிறுவனத்திடம் திட்டெல்லாம் வாங்கியதை பின்னர் அறிந்து கொண்டார்.

நிறைய மாறின. புரோக்கர்கள் ஊர் ஊராய் போய் விற்க ஆரம்பித்தார்கள். இந்தியா முழுவதும் கிளை பரப்ப ஆரம்பித்தனர். வெளிநாடு வாழ் இந்தியர்களின் கையில் காசு வர, அவர்களுக்கு நம்பகரமான புரோக்கர்கள் தேவைப்பட்டார்கள். பங்குச் சந்தை ஏறியது. இறங்கியது. வளர்ந்தது. சுருங்கியது. மாறிக்கொண்டே—யிருந்தது. அதெல்லாம் வெளி மாற்றம். ஆனால் மோதிலாலுக்குத் தெரியும், உள்ளே மாறாதது, காக்கா சொன்னது, இந்தக் கட்டிடம், மா, அம்மா. அது எப்போதும் தனது மகன்களை அது கைவிடுவதில்லை.

17

சங்கர் மெதுவாய் அந்த தளத்தை சுற்றி வந்தார். இன்னும் ஒரு வாரத்தில் இதற்கெல்லாம் வேலையிருக்காது. இப்போது நடந்த மாற்றம் பங்குச்சந்தைக்கு எத்தனை திருப்பங்களை கொண்டு வரப்போகிறது என்பதை நினைத்துப் பார்த்ததும் மகிழ்ச்சி வந்தது. இதுதான் தான் செய்ய நினைத்தது.

எத்தனை தடங்கல்கள் ?

NSE - *(என் எஸ் ஸி)* லிருந்து இங்கு வரும்போது ரங்கராஜன் சொல்லியிருந்தார். சங்கர் இது கத்தி மேல் நடக்கிற வேலை. அதீத கவனம் வேண்டும். அதையும் தனியாக ஆர் பி ஐயின் காரிடாலிருந்து நடந்து கொண்டே தமிழில் சொன்னார்.

செபியிலிருந்து தனக்கு அழைப்பு வந்தபோது அதன் சவால்கள் மகிழ்ச்சியளித்தன. தொழில்நுட்பம் தவிர பெரிய தடங்கல்கள் இல்லை. ஆனால் இங்கு பழம் தின்று கொட்டை போட்ட நரிகள் உட்கார்ந்து கொண்டிருந்தன. மீட்டிங்கில் ஒன்று பேசுவது பின்னால் ஒன்று செய்வது என மிகப்பெரிய அரசியல்.

அரசாங்கத்திற்கு சந்தையை நவீனப்படுத்த வேண்டிய கட்டாயம் இருந்தது. வெளிநாட்டு முதலீட்டு நிறுவனங்கள், பெரும் கைகள் பணம் வேண்டுமானால் முதலில் இதைச் செய்து விட்டு வா, பின் பேசலாம் என்கின்றன. இத்தனை ஊழல்கள் இருக்கின்றனவே எப்படி தடுப்பாய் என்று கேட்கும் மீடியாக்கள்.

சங்கர் அந்த மாற்ற காலத்தில் தான் தலையைக் கொடுத்திருந்தார்.

ஏராளமான ஏமாற்றுப் பத்திரங்கள், போலி ஷேர்கள், கடுமையான பித்தலாட்ட விலைகள். சாதாரண முதலீட்டாளனுக்கு கொஞ்சமும் தெரியாத ஏமாற்று வித்தைகள். அதிலே பழகி அதிலே தின்று பெருகி, அழிந்து, எல்லாம். திருட்டுத்தனம் அடிமுதல் நுனிவரை. பயம் தெரியக்கூடாதென்ற திருட்டுத்தனத்திலே.

ஐம்பது வருடங்களுக்கு முன்னால் மனிதர்கள் வாங்கல், கொடுக்கல்களில் அப்படியில்லை. அந்த கிழட்டு புரோக்கரோடு பேசும்போது அவன் சொன்ன விசயங்கள் ஆச்சரியப்படுத்தின. நூறு வருடங்களுக்கு மேலாக இயங்கும் இந்த சந்தையில் வார்த்தைகள் வாழ்க்கையை விட முக்கியமாக கருதப்பட்ட காலமும் உண்டு என்றான்.

பாவ்நகரிலிருந்து ஒரு கடிதம் வருகிறது. இந்தக் கம்பெனியை இந்த விலைக்கு வாங்கு. புரோக்கரும் வாங்கி வைத்துவிடுகிறார். சொன்ன ஆள் தவறாமல் அந்தப் பணத்தைச் செலுத்தி வாங்கிக் கொண்டு போகிறார்.

ஒரு வார்த்தை. அவ்வளவுதான். செக்யூரிட்டி, பின்புலச் சோதனை, கையெழுத்திட்ட காலி செக், அது இது எதுவும் கிடையாது. இந்த ஊரா, அவருக்கு தெரிந்தவனா, நீ வார்த்தை கொடுத்தாயா, சரி வா வியாபாரம் பண்ணுவோம். வார்த்தைகள் முடியாதவன் கதறி அழ அவனைத் தேற்றியிருக்கிறார்கள். பிராயச்சித்தமாய் அந்த ஊரே அவன் வாங்கியதற்கு பணம் கொடுத்து பின் அவனிடமிருந்து வசூலித்திருக்கிறது. பங்குச் சந்தை மட்டுமல்ல. எல்லா வியாபாரங்களிலும் நேர்மை வழிந்தோடிய காலம் உண்டு என அந்த கிழட்டு புரோக்கர் சொல்லும்போது அவன் கண்களில் ஈரம் மின்னியது.

அவன் இப்போது தோற்றவன், வெறும் புரோக்கர் லைசென்ஸை இன்னொருவருக்கு விற்று பிழைப்பு நடத்திக் கொண்டிருக்கிறான். காலையில் வந்து பழைய காலத்தைப் பற்றி பேசிவிட்டு சாயங்காலம் ரயிலேறி வீட்டுக்கு போகும் புட்டா(கிழடு)

சங்கர் தனக்கு இந்தப் பணிகளில் வந்த இடையூறுகளை, திசை திருப்பல்களை நினைத்துப் பார்த்தார். நரிகள் எந்த கமிட்டியில் எந்த ரூபத்தில் இருந்தது என சொல்ல முடியாததாய் இருந்தது. அரசாங்கத்தை ஆட்டிப்படைக்கும் லாபிகள் இங்கேயிருந்தன. வெளியில் ஆதரவு கொடுக்கிற மாதிரியான பாவனை செய்து கொண்டு தொழில் நுட்பமும் செய்த மனிதனும் சரியில்லை, இதெல்லாம் இங்கு ஒத்து வராது என்று சொல்லி - இந்த மாதிரியையே ஒழித்துக்கட்டி விடலாம் என்கிற மாதிரியான திட்டம் இருந்தது.

அதற்காக இதை எதிர்க்கும் ஒரு அணி என்று ஒன்றை உருவாக்கி அவர்களைப் பேசவிட்டனர். அதில்தான் இந்த புட்டா - கிழட்டு - புரோக்கர் வீரைன்லால் பட்டேல் இருந்தார். “உனக்கு என்ன இந்த எகசேஸ் பத்தி தெரியும். இது என்ன உன் அப்பன் வீட்டு சொத்தா.. இந்தியாவில் நீ சொல்கிற கம்பியூட்டர் ட்ரேடிங் எல்லாம் மண்ணை கவ்வத்தான் போகிறது. வந்தோமா, ப்ளோரில் நின்று கூவினோமா, அன்னைக்கு நாலு காசு பாத்தோமா என்று போயிக்கொண்டிருப்பதில் இத்தனை அரசாங்கத்து காசு செலவு பண்ணி, என்னத்த பிடுங்கப்போகிறீர்கள் ?” என்கிற மாதிரியான கேள்விகளால் குடைந்து கொண்டிருந்தார்.

சங்கர் வீரைன்லாலை எதிர்கொள்ள முடியாமல் தடுமாறுவதை எதிர்பார்த்த குள்ளநரிகள் அதிசியத்துப் போயின. சங்கர் அமைதியாய் வீரைன்லாலை அவனது அலுவலகத்தில் சந்தித்தார். அவனிடம் இந்த பங்குச்சந்தை கதை பேசப்பேச, தன் கதையைச் சொல்லச் சொல்ல வீரைன்லாலுக்கு புரிந்து போயிற்று. இந்த மதராசி சொன்னதை செய்துவிடுவான், அடுத்தவன் அலுவலகத்தில் தண்ணீர் கூட குடிக்காமல் தனது அலுவலகத்திலிருந்தே சுமந்துவரும் இவன் கை சுத்தமானவன், பணம் பின்னால் போகுபவன் இல்லை என்று ஊர்ஜிதமான பின் புரோக்கர்களின் லாபியை பற்றி பேச ஆரம்பித்தார்.

அது சங்கருக்கு ஞானக்கண் திறப்பு.

இது வெறும் கட்டிடமல்ல. மனிதர்களின் மாபெரும் பேராசைகள், எதிர்பார்ப்புகள், கனவுகள், நம்பிக்கைகள் வந்து மோதுகிற கரை.

வாழ்க்கை பயத்தின், பேராசையின், நிச்சயமற்ற தன்மையின் குறியீடு பங்குச்சந்தைத்தெரு. அறிவும், உணர்ச்சியும், அறியாமையும், பயமும், வெறுப்பும் கலந்து கட்டிய மனித முகங்கள்.

மனங்களின் சங்கமம். பயம், பேராசை எல்லாம் கூடுமிடம். பங்குச்சந்தையில் மனிதர்கள் தோற்கிறார்கள். ஜெயிக்கிறார்கள். ஆனால் பங்குச்சந்தை எப்போதும் அது ஜெயித்துக் கொண்டேதான் இருக்கிறது - என்று புரிந்து கொண்டார்.

அந்த புட்டா கிழவனுக்கு நன்றி சொன்னார். வெறும் கணிப்பொறி தொழில்நுட்பத்தை சமைத்துவிட்டு போவது எனது வேலையல்ல.

நான் இங்கு செய்வது சந்தையை பெருக்கப் போவது. ஏற்கனவே ஊழல் நிறைந்த இந்த புரோக்கர்களுக்கு ஒரு சாவு மணி போலயிருக்க வேண்டும்.

ஒரு புரோக்கர் இண்டெக்ஸை கன்னாபின்னாவென்று ஏற்றி தேசத்தையே ஏமாற்றியிருக்கிறான். அரசாங்கத்தின் கண்ணில் விரல்விட்டு ஆட்டியிருக்கிறான். வங்குகளின் பணத்தை சுற்றிவிட்டு சடசடவென்று சம்பாதித்திருக்கிறான்.

ஒரு கார்பரேட் ஆள் தனக்கு தேவையான பணத்தை எப்படியாவது ஏமாற்றி சந்தையிலிருந்து சம்பாதிக்கிறான். அவன் போடுகிற ரொட்டித்துண்டுக்கும், சட்டைத் துணிக்கும் தங்களது தேசத்தின் நலன் போகிறது என்பது அறியாத ஜனங்கள். அது எப்படியோ நான் பத்து ரூபா போட்டால் அவன் விலை நூறு ரூபாய் போகிறது அதுதானே எனக்கு வேணும் அவன் எப்படி சம்பாதித்தால் எனக்கென்ன என்கிற மத்திமர் கேள்வி.

நான் செய்த இந்த தொழில்நுட்பம் எல்லா கேள்விச் சாத்தானுக்கும் பதிலல்ல. ஆனாலும் கொஞ்ச காலத்தில் சாதாரண முதலாளீட்டாளனையும் உள்ளே வரவைக்கும். ஒரு வங்கியில் பணம் போடுவது போல அவன் இங்கும் வரவேண்டும். எந்த ஒளிமறைவின்றி அவனுக்கு தேவையானவை கிடைக்க வேண்டும்.

பம்பாயையும், ஒரு சில நகரங்களில் வெகு சிலரைத் தவிர பலருக்கு இது இன்னும் அறியாத பூதம். சின்ன சின்ன ஊர்களுக்கும் இந்த தொழில்நுட்பம் சந்தையை சமனமாக்கி எல்லோருக்கும் எடுத்துச் செல்லும். லவல் ப்ளேயிங் க்ரவுண்டு.(Level Playing Ground)

நான் என் வேலையை சரியே செய்துவிட்டேன். கை கறைபடாமல். சங்கருக்கு நிறைவாய் இருந்தது..

நினைத்திருந்தால் அந்த ஹொல் கம்பெனி கணிப்பொறி நிறுவனம் ஒரு ஐம்பது லட்சம் தர தயாராய் இருந்தது. பணமாய், நிலமாய், பொருளாய், யார் பெயரிலாவது ஸ்டாக்காய், வேறு ஊரில் டிபாசிட்டாய் - ஒரு பைசா தொடவில்லை. காசு

கொடுக்கிறேன் என்று சொன்ன நிறுவனத்தை அடித்து விரட்டி அரசாங்கத்திற்கு அவனது டீல் பற்றி உள்துறை நோட்டீஸ் கொடுத்தார்.

இதுபோல புரோக்கர் நரிகள் அரசாங்கத்தோடு கைவைத்துக்கொண்டு செய்த உள்குத்துக்களை, அதனால் தேசத்திற்கு ஏற்பட்ட நட்டக் கணக்குகளை விலாவாரியாக சிபிஐக்கு எழுதிப் போட்டார்.

இதெல்லாவற்றையும் இந்த நரிகள் பகாசுர பசியோடு விழுங்கி சாப்பிட்டு விடும் என்று தெரியும். யாருக்கும் தெரியாமல் ரகசியமான விசயங்களை சுஜிதா கோசலுக்கு கொடுத்தார். சுஜிதா பெரிய பத்திரிக்கையின் நேர்மையான நிருபர். இன்னொரு நம்பகமான ஆள். டேவிட்.

நிறுவனங்கள் புரோக்கர்களோடு கை கோர்த்து எவ்வாறு தேசத்தை ஏமாற்றுகின்றன என்பது போல வந்த கட்டுரைகள், சங்கரின் பின் திரை முயற்சியால் வந்தவை என்று இன்று வரைக்கும் யாருக்கும் தெரியாது. நாடாளுமன்றத்தில் விவாதிக்கப்பட்டு பெரும் பிரச்சனை கிளப்பப்பட்டு, பின் செபியின் பலத்தால் வழிகாட்டுதலால் அந்த பங்குச்சந்தை நல்ல நிலைமைக்கு வந்தது. நரிகள் காட்டுக்குத் துரத்தப்பட்டன.

நரிகளுக்கு உதவிய பெரும் நிறுவனம் காற்றில் அடிபட்டு அதன் சர்வ வல்லமையால் செய்தி புதைக்கப்பட்டது. பெரிய அளவில் தகிடுதத்தங்கள் செய்த ஆறு புரோக்கர்கள் கைது செய்யப்பட்டனர். இருவர் தற்கொலை செய்து கொண்டனர். ஒருவர் தலைமறைவானார்.

சங்கர் தனது ராஜினாமாவைக் கொடுத்துவிட்டு வெளியேறினார்.

தனது கடைசி நாள் அந்தக் கட்டிடத்தை மறுபடி பார்த்தார். வெடிகுண்டு வெடித்தும் தனது காயங்களை ஆற்றிக்கொண்டு மறுபடியும் சிரிப்பது போலயிருந்தது.

தனது வேலைகளுக்கு மிகப்பலமாக இருந்த மோதிலால் சொல்லுவார், இது கட்டிடமல்ல சங்கர் சாப் அம்மா. அப்படித்தான் போல. யோனி, மூத்திர, கப வாடைகள்.

வெட்டியெடுக்கப்பட்ட தொப்புள்கொடி, ரத்தம், துரோகம். எல்லாமிருந்தும் குழந்தைகளுக்காகக் காத்திருக்கிற அம்மா போல அது காத்துக்கொண்டேயிருக்கிறது.

தனது செயலும் பெரிய பாலத்திற்கு சின்ன கல். தன் முதுகில் தானே மூன்று கோட்டை கற்பிதம் செய்துகொண்டார்.

18

அந்த இராத்திரி எல்லோருக்கும் சிவராத்திரிதான்.

விடி நிலையத்திலிருந்தும், சர்ச் கேட் நிலையத்திலிருந்தும் எந்த வண்டியும் புறப்படும் போலத் தெரியவில்லை. மேலும் அவர்களது ஆபிசை கடந்து போவதற்கு சமுத்திரத்தை கடப்பதற்கான பிரயத்தனத்தைச் செய்ய வேண்டியிருந்தது. விட்டு விட்டு வரும் மின்சாரம். பக்கத்து தெருவிலிருந்து மின்சாரக் கம்பியிலிருந்து கசிவு வருவதாக ஒரு செய்தி.

விடாது அடிக்கிற மழை. பம்பேக்கு வருடத்திற்கு ஒரு தடவை இப்படி லூசு பிடித்து கொள்ளும். நகரத்தின் வழியே வழிந்து கடலுக்குள் போக வேண்டிய நீர் வெளியேறாமல் கோபமாய் உள்ளே வர யத்தனிக்கும் வங்காள விரிகுடா. எப்போதும் தாழ்ந்தேயிருக்கும் பகுதிகளில் தண்ணீர் நுழைய மின்சார வண்டிகள். வீட்டிற்கு திரும்ப வேண்டிய மந்தைகள் அங்கேயே மாட்டிக்கொண்டு அங்கும் இங்கும் என அல்லாடும்.

எல்லா ஊழியர்களும் அங்கே தங்கிவிட்டனர். அவரவர் இல்லங்களுக்கு முடிந்த அளவு செய்தி போயிற்று. இரவுச் சாப்பாட்டிற்கு பெங்காலி சாதமும், டாலும் மற்றும் வடாபாவும் செய்து கொடுத்தான். எப்படியோ காம்ளே கொஞ்சம் சரக்கும் வாங்கி கொண்டுவந்து விட்டான். லேடீஸ் ஸ்டாப் இருப்பதனால் மறைமுகமாகக் கொஞ்சம் மட்டும் குடித்தனர்.

முழுக்க, முழுக்க சஞ்சய்கரின் கச்சேரி. பாட்டிற்கு ஆட்டம், மெல்லியதான செக்ஸ் ஜோக்.

சஞ்சய்கரின் குரல் கரகரக்கும் மராட்டி குரல். ஒரு விட்டேந்தி தனமாய் அவன் பேசும் டப்பேரி வாடையடிக்கும் மராத்தி.

நிறுத்தி, நிறுத்தி கெட்டவார்த்தை பேசுவான். அதை பாட்டாகவும் பாடுவான். அடிக்கடி ஜோக் பேசிக்கொண்டும் பாடிக்கொண்டும், நிறுத்தி சடக்கென்று கெட்ட வார்த்தையோடு முடித்தும் - ஒரு பஜனை போல, சின்ன சமாராதனை போல நடத்துவதில் வல்லவன். அவனோடு போகும் அலுவலகச் சுற்றுலாக்கள் பிரசித்தம்.

சில பாட்டிற்கு ஜானகியும், டெமி மோசாவும் ஆடிய ஆட்டம் கலகலக்க வைத்தது. விளம்பரத்துறை, மென்பொருள் துறை இரண்டு துறையின் தோழர்களும் எல்லாம் மறந்து கலந்த மகிழ்ச்சியான நேரமாய் அது அமைந்திருந்தது. போட்டிகள், அரசியல் அற்ற ஒரு குலாவாலான சூழல். வீட்டிற்கு போகவேண்டாம், கொஞ்ச நேரம் தனித்திருக்கலாம் என்கிற எண்ணமே கொடுத்த மகிழ்ச்சி நிறைந்த பேய்மழை இரவு.

சஞ்சய்கர் யாரையும் விட்டு வைப்பதில்லை. அவன் சொல்கிற ஜோக்குகளுக்கு அங்கிருக்கிற ஒவ்வொரு பெயரையும் ஏற்றி சிரிக்க வைத்துவிடுவான்.

டிரைவர்: "அம்மா, மீட்டர் 120 ம்மா."

பயணி: "அவ்வளவு இல்லை. கொஞ்சம் ஓரமா நிறுத்து." நிறுத்தி, திரும்பி பார்க்காத டிரைவர் கையில் மேல் உள்ளாடையை கொடுக்கிறாள்.

டிரைவர்: "இதுக்கு சேஞ்சு கிடைக்காதும்மா.."

நம்ம கார்த்திதான் அந்த ட்ரைவருன்னு சொல்லி முடிப்பான். அவ்வளவுதான் மொத்த குழுவும் ஓவென்று ஆர்பரிக்கும். கார்த்தி தலையில் அடித்துக்கொண்டு வெட்கப்பட்டு கொள்வான்.

சாப்பாடு, பாட்டு, ஆட்டம், லேசாய் கோழித்தூக்கம், இரயில்கள் என்னவாயிற்று என்று விசாரணை என்பது மாதிரியான செய்கைகளில் கரைந்து கொண்டிருந்த இரவில் அந்த ஜன்னல் ஓரமாய் உட்கார்ந்திருந்த ரமணிக்கு பக்கத்து தெருவில் இருக்கும் ஒரு ஹோட்டல் அறை தெளிவாய் தெரிந்தது.

அவள் உள்ளாடைகளைக் கழட்டுகிறாள். வெறும் மார்போடு பேசிக்கொண்டேயிருக்கிறாள். அவனோடு தலைமுடி கலைக்கிறாள். அவனை கிச்சுகிச்சு மூட்டுகிறாள். உசுப்பேத்தப்பட்ட அவன் வேகவேகமாய் உடை கழற்றி புணரத் தலைப்படுகிறான். அவள் அவசரப்படாமல் கைப்பை திறந்து ஆணுறை தருகிறாள். ஒழுங்காகத் தரித்தானா என்று சோதனை செய்தபின் தலையணை வைத்து படுத்துக்கொள்கிறாள்.

முடிந்த உடன் வேகமாய் எழுந்து பாத்ரூம் போய் சுத்தம் செய்து கொள்கிறாள். வந்தவுடன் அவனைத் தொட விடுவதேயில்லை.

கைவைத்தால் தட்டி விடுகிறாள். தனது மேக்கப்பை போட்டுக் கொள்கிறாள். கண்ணாடியில் நிறைய முறை தன்னை பார்த்துக் கொள்கிறாள்.

தன்னில் குலைந்ததை அழித்து அழித்து மறுபடி எழுதிக்கொள்வதை போல. தனது எழுத்தை சிலேட்டில் ரசிக்கும் பள்ளிக் குழந்தையைப் போல அவள் மாறி விடுகிறாள்.

லாக் அவுட் ஆகி, யாருக்கும் தெரியாமல் உள்ளுக்குள் உட்கார்ந்து வேலை செய்து வெளியே வந்த ஒரு சனிக்கிழமை தினத்தில் அவளை மட்டும் தேடி ஃபோர்டின் எல்லா தூண்களையும் அவன் பார்த்துக்கொண்டே வந்தான்.

அவளை ஹிம்ஸித்பாய் தெருவில் கண்டடைந்தான். அவளோடு ஆங்கிலத்தில் பேசினான். அவளே அவனை கூட்டிக்கொண்டு போனாள்.

பதட்டமாயிருந்த முதல் அனுபவம். அவளிடம் சொன்னான், தான் அந்தக் கட்டிடத்திலிருந்து அவளைப் பார்த்ததை. அதுவும் புணர்வுக்கு பின்னான விரட்டலையும், அவளது மனம் தொலைந்த அலங்காரத்தையும் ரொம்பவே விரும்பியதாய் சொன்னான்.

“அன்னிக்கு நீங்க பிங்க் கலர்ல ஒரு சாரி கட்டிரிந்தீங்க.. லாலி பாப் ஹேர் ஸ்டைல்ல.. லைட் ரெட்டுல ப்ள்வுஸ்ல..”

அவளுக்கு கண்ணீர் வந்தது. நிதானமாய் அவனை விரட்டாமல் அவன் முன்னாலேயே தன்னலங்காரம் செய்து கொண்டாள். அவன் பொறுமையாய் பார்த்துக்கொண்டேயிருந்தான்.

அம்மா ஞாபகம் வந்தது.

19

வழக்கமான இடத்தில் சுடப்பட்டு இறந்து போவது ரானேக்கு ஒரு ஆறுதலாய் இருந்தது.

தான் தினமும் வாக்கிங் போகும் டைமண்ட் கார்டன். சுட்டவன் ரொம்ப க்ளோசில் இருந்து சுட்டிருக்கிறான். சரியான இடத்தில் குண்டு துளைத்திருக்கிறது.

ரானேக்கு இதெல்லாம் பழக்கம்தான்.

தான் சுட்டவர்கள் மாதிரி பதைபதைத்துச் சாகக்கூடாது என்று சொல்லிக்கொண்டார். சத்தம் கேட்டு யாரோ ஓடி வருவது தெரிந்தது. கண்டிப்பாய் தன்னை தெரியாதவர்கள் யாரும் இங்கு இருக்க முடியாது. இன்னும் கொஞ்ச நேரத்தில் பக்கத்திலிருக்கிற பெரியாஸ்பத்திரிக்கோ, சயான் ஆஸ்பிடலுக்கோ கொண்டு செல்லலாம். அதுவரை துடித்துக் கொண்டிரு என்று இதயத்திற்கு கட்டளையிட்டார்.

சுட்டது யாராயிருக்கும்? சிந்தனை தவிர்த்து அமைதியாக இருக்க முயற்சித்தார்.

ரானே கோவன் பகுதியிலிருந்து பம்பேய்க்கு கட்டிட வேலைக்காக (அவர் எஞ்சினியர்) புலம் பெயர்ந்தவர். பாம்பே வியர்வை சிந்தி உழைப்பவர்களை எப்போதும் ஏமாற்றாது என்பதை புரிந்துகொண்டார். இங்கு சம்பாதித்த பணத்தை பாம்பே விட்டு எடுத்துப்போக பம்பேயில் விற்றிருக்கும் மகாலட்சுமி அனுமதிக்க மாட்டாள் என்றும் தெரிந்து கொண்டார்.

தனது தொழிலில் வேகமாக முன்னேற அரசியல் தொடர்பு வேண்டும். தனது கட்டிடத் தொழிலுக்கும் நேர்மைக்கும் கொஞ்சம் கூட சம்பந்தமில்லை என்றும் தெரிந்தது. பாரபட்சமின்றி எல்லா கட்சிகளிலும் தொடர்பு வைத்திருந்தார். விஷ்ணு சேனா கட்சி அவரை கட்சியில் சேர அழைத்தது. அதற்குப் பிறகு அவரது தொழில் வளர்ச்சி பெருமிதமாய் அமைந்தது.

இடம் அபகரிப்பு, காலி செய்தல் போன்ற குண்டர்களின் திருப்பணிகள் வேலைகளுக்கும் கவலையில்லாத அளவு

மனிதவளம் கட்சியில் இருந்தது. வெகுவேகமாய் வளர்ந்தார். நிறைய அரசியல்வாதிகளின் கறுப்பு பணத்தை முதலீடு செய்ய, பின் அந்தப் பணம் பெருகி அதை முதலீடு செய்ய என பெருகியதில் ரானேக்கு கட்சியில் ஏறுமுகம்தான். நிறைய கட்டிடங்கள். நிறைய நிறைய கட்டிடங்கள்.

வளரும் கட்சிக்கு எப்படியாவது பணம் கொண்டு வா என்கிற கட்டளையை சிரமேற்கொண்டு நிறைவேற்றி விடுவார். சாம, தான, பேதம் எப்போதுமில்லை. தண்டம் மட்டும் தான்.

கட்சியின் அறிவுஜீவித் தலைகள் முனகினாலும் கட்சித்தலைமை அதை கண்டுகொள்வதில்லை. பசை முக்கியம் என்பதில் இருவேறு கருத்துகளில்லை.

ஒரு மிரட்டல், பின் வரும் கெஞ்சல்களைத் தொடர்ந்து சமாதானப் பேச்சு. எதையும் ஓரே செட்டில்மெண்டில் முடித்து விடுவதில்லை. திருப்தியின்மை மூலம் சின்ன ஜன்னல்களை திறந்து வைத்திருப்பார். ஒவ்வொரு முறையும் எப்படி கறப்பது என்பது அவருக்கு அத்துபடி. ஆடு, பாடு, சுடு, கறந்து கொண்டேயிரு.

இந்த துரும்பன் அனந்தராமன் கேசில் கோணல் மானலாக போகிறதே, என்னவாயிற்று என்று யோசித்தார். விசாரித்ததில் - குருமூர்த்தி ராவ் இந்த வழக்கை எடுத்திருப்பது தெரிந்தது.

“சாலா.. சூத்தியா.. மாதர் சூத் மதராசி..” என்று குருமூர்த்தி ராவைத் திட்டினார்.

தலைமைக்குச் சொல்லவா வேண்டாமா என்று யோசித்தார். பார்ப்போம்.. இன்னும் கொஞ்ச நாள் கழித்து ஆறப்போட்டு பார்ப்போம். ஏதாவது தேத்தியாக வேண்டும், கிடைக்கிற வரைக்கும் லாபம்.. வெகு சுலபமாக ஒரு இரண்டு மூன்று கோடியாவது தேத்தியிருக்கலாம். முதல் தவணையாக

அனந்தராமனின் வெள்ளையற்ற பணம், சொந்தக்காரர்கள் பெயரில் இருக்கும் பினாமி, சொத்து, வெளியூரில் இருக்கிற எல்லா சொத்துக்களின் குறிப்புகள் கொண்ட பைலை முதன்முறையாக பார்த்தபோது இது பொன் முட்டையிடும் வாத்து என்று தெரிந்தது. ஏராளமான பங்குச்சந்தை இன்வெஸ்ட்மெண்டும் இருந்தது. இதை வாங்கு, இதை விற்றுவிடு என்று சொல்வதற்கு முன்னால் இவரும் அதோடு சேர்ந்து வாங்கி விற்றுவிடுவார் போல.

இதுபோல குறைந்த்து ஒரு முப்பது பைலாவது இருந்தால் தான் அரசியல் நடத்த முடிகிறது. எத்தனை ஷாகாக்களுக்கு பணம் அனுப்ப வேண்டியிருக்கிறது. வேலையிருக்கிறதோ இல்லையோ நிறைய வெட்டிகளை வேலைக்கமர்த்த வேண்டியிருக்கிறது. எதுவும் கொடுக்காவிட்டால் அவன் அடுத்த கட்சி அலுவலகத்திற்கு போய்விடுகிறான்.

வருகிற பணத்தில் தலைவருக்கு வேறு கப்பம் கட்ட வேண்டும். புலிவாலை பிடித்தாயிற்று. விட்டு சாதாரணமாய் நிற்க முடியாது. புலி சாப்பிட்டு விடும். வேறு ஒரு 'பெருங்கைக்குள்' சரணாகதி அடைய வேண்டும்.

இந்த அனந்தராமன் கேசில் உடனே ஏதாவது தேறும். தேற்றியபின் தலைவரை பார்த்து மகிழ்வித்து சில விசயங்களை கேட்டு முடிக்கலாம் என்று திட்டம். எல்லா நினைப்பிலும் மண். ஆனாலும் இன்னும் கொஞ்சம் பொறுமையாக இருப்போம் என்று ரானே தேற்றிக்கொண்டார்.

இப்போது தனக்கு நேரமே சரியில்லை போல. தலைவர் பையனைப் போலவே மருமகனையும் வளர்க்கிறார். வேறு குடும்பத்துக்காரன் வந்துவிடக் கூடாது என்பதை விட வேறென்ன விளக்கெண்ணெய் காரணம் இருக்க முடியும். தலைக்கறி முதல் கால்கறி வரை இவர்கள் சாப்பிட்டுவிட்டு எலும்பை உறிஞ்சித் தூக்கிப்போடுவார்கள். அதைக் கடித்து, நக்கி நாக்கில் வருகிற இரத்த்தை நக்கிக்கொள்ள வேண்டியது தான்.

இவர்கள் இருவரும் வளர்ந்தால் கட்சியில் தான் மறுபடியும் அதே அடிபொடிதான்.

மகன் மட்டும் இருந்தால் தலைவருக்கு பின் காக்கா பிடித்து அப்பாவின் கதை பேசி, உன்னை காபந்து பண்ணுகிறேன் என்கிற தோரணையில் ஏதாவது செய்து முன்னேறலாம். கொஞ்சம் பசையான இடத்திற்கு போய்விடலாம்.

மருமகன் அப்படியில்லை. சரியான திமிர் பிடித்தவன். சரியான சத்திரியன். பதவிக்காக எதையும் செய்பவன். எங்கே, எப்போது, ஏன் கத்தி வைப்பான் என்பது புரியாததாகவேயிருக்கும். எந்த தண்ணிக்குள் கல்லை கட்டி அவனைப் போட்டாலும் மேலே

வந்துவிடுவான். பேசிப்பேசியே உருவேற்றி, எந்த கலகத்தையும் தயாரித்து விடுவான். சுருக்கமாய் தலைவரைப் போல. காசு விசயத்திலும் கெட்டி. தலைவரை விட ரொம்ப கெட்டி.

இருவரும் தலையெடுத்தால் நம் நிலை என்னவாவது. எத்தனை நாளைக்குத்தான் திருடன் மாதிரி ஒவ்வொருவனிடமும் மிரட்டி, உருட்டி பணம் கேட்பது. ஓரிருவரை போட்டுத் தள்ளி பயத்தை உருவாக்கியாயிற்று. அதை வைத்து கொஞ்ச நாள் அறுவடை செய்யலாம். ஆனால் போலீஸ் என்ன தொடை சொறிந்து கொண்டிருக்குமா? நாளைக்கு அமைச்சரவை மாறினால் போலிஸ் கமிஷனர் மாறினால் ஏதாவது மீடியா கிறுக்குத்தனம் பண்ணினால் களி தின்ன போகவேண்டியது தான்.

என்ன வாழ்க்கை, என்ன பிழைப்பு இது என்றிருக்கிறது சில சமயம்.. ச்சை.. தலைவரின் கையை காலைப் பிடித்து ஏதாவது அமைச்சர் பதவி வாங்கிக்கொண்டு உட்கார்ந்துவிட வேண்டியதுதான். பைலை நகர்த்தி, காசு பார்த்து செட்டிலாகிவிட வேண்டியது தான்.

எல்லாம் நல்லபடியாக நடந்தால் இந்தக் கட்சி. இல்லையேல் நிறைய கதவுகள் திறந்திருக்கின்றன. அந்த தேசியக் கட்சி நாலு மாதமாக பேச்சு வார்த்தை நடத்திக் கொண்டிருக்கிறது.. இந்த மடமில்லாவிட்டால் அந்த மடம். இன்னும் கொஞ்ச நாளைக்குள் முடிவெடுத்து விட வேண்டியது தான். யோசித்தபடியே அவர் டைமண்ட் கார்டன் தோட்டத்தில் காலை வாக்கிங்கிற்காக வந்தபோது ஷாகா உடையணிந்து ஒருவன் துப்பாக்கியால் சுட்டுவிட்டு நடந்து, கொஞ்ச தூரத்தில் அவனுக்காகக் காத்திருந்த பைக்கில் ஏறிப் போனான்.

தன்னை யாரோ ஆம்புலன்ஸில் கொண்டு போகிறார்கள் என்று நினைவுக்கு வந்தது. தனது கவலைகளிலிருந்து கிடைக்கும் விடுதலை போலவும் இருந்தது. தனது குலகுரு பிரபு தேவ் தயாள் பாதாவை நினைத்துக் கொண்டார். அவர் கொடுத்த தீட்சை மந்திரத்தை உச்சரித்தபடி செத்துப்போனார்.

ஓம் சாந்தி ; சாந்தி சாந்தி :

20

லாக் ஆன் லாக் அவுட் பிரச்சனை முடிந்து, பதிவுபோல டி என் ரோடு ஆபிஸ் திறக்கப்பட்ட அன்று எல்லோருக்குமிருந்த மனநிலையைச் சொல்லுவது கடினம். மகிழ்ச்சி, கொஞ்சமாய் பயம், கசந்த உறவின் நிலை - என்பதன் கூட்டாய் இருந்தது.

கார்த்திக் எல்லோருக்கும் அதிகப்படியான வேலை ஏவிக்கொண்டிருந்தான். அதிகமான வேலை, வெட்டியான மனதை ஆக்ரமித்து நமத்துப் போகச் செய்யும் என்பது அவனது திட்டம்.

சுந்தர் ரமணியை எல்லா முக்கிய வாடிக்கையாளர்களையும் சந்தித்துப் பேசிவிட்டு வரச்சொன்னான். பாஸீயை தென்னிந்திய கிளையையும், அங்கு நடக்கும் டேட்டா பணிகளையும் மேற்பார்வையிட அனுப்பினான். நாராயணன் பணம் பாக்கியிருக்கும் எல்லா வாடிக்கையாளர்களையும் சந்திக்க அனுப்பினான். நிறைய பேரை டூருக்கு அனுப்பினான்.

இந்த வேலைகளில் இரண்டு அனுகூலங்கள். கூடியிருக்கிற மனம் ஏதாவது அதைப் பற்றியே யோசித்துக் கொண்டிருக்கும். பேசிக்கொண்டேயிருக்கும். ஓடிக்கொண்டேயிருத்தல் மனத்தை, உடலை அசர வைக்கும். மேலும், வாடிக்கையாளர்களின் நாடித்துடிப்பை, இந்த லாக் அவுட் பற்றிய செய்தியை அவர்கள் எப்படி எடுத்துக்கொண்டார்கள் என்பதை பற்றி அறிகிற பின்னூட்டமாகவும் அமையும்.

பெரும்பாலானவர்களுக்கு இதைப் பற்றிய விசயம் முழுமையாகத் தெரியவில்லை. இங்கிருக்கிற ஆஃபிசை, சென்னைக்கு மாற்றிவிட்டோம் என்பது போலப்பேசி கார்த்தி மழுப்பி விட்டான். பெரிய வாடிக்கையாளர்களுக்கு உண்மையை தெளிவாக விளக்கி தங்களது சேவை எப்போதும் தொடரும் என்றும் வாக்குறுதி அளித்தான். இத்தகைய இடர்களுக்கிடையேயும் தடைபடாத சேவை அவர்களுக்கு ஆச்சரியம் அளித்தது.

பிரச்சனை விசயம் கேட்டு, சந்தோசத்தில் குதித்த போட்டி கம்பெனி சந்தையில் எந்த தொந்தரவுமின்றி இதழும், மென்பொருளும் இயங்குவது கண்டு பிரமித்தன.

பாம்பே கம்பெனியில் அலுவலகர்கள் எண்ணிக்கை பெருமளவு குறைக்கப்பட்டது. வெவ்வேறு கம்பெனிகளாக உடைக்கப்பட்டன. ஒரு கம்பெனி இன்னொரு கம்பெனிக்கு வேலை கொடுத்து வாங்கிக் கொள்ளுமாறு ஆவணம் தயாரிக்கப்பட்டது.

டேட்டா உள்ளீடு செய்தல், ஸ்கேனிங் போன்ற வேலைகள் வேறு சில கம்பெனிகளுக்கு கொடுக்கப்பட்டது. அதை சரிபார்க்கும் தரக்கட்டுப்பாடான வேலையை மட்டும் பம்பேயில் வைத்துக் கொண்டது.

ஏனோ தானோவென்று இயங்கு கொண்டிருந்த மனிதவள மேம்பாட்டு துறையில் சில ஆலோசகர்கள் வந்தனர். பம்பாயில் இயங்கும் நிறுவனத்தில் உள்ளூர் விதிகள் முழுமையாகக் கடைபிடிக்கப்பட்டது. உயர் பதவிகளிலும் சில உள்ளூர்காரர்கள் பதவியில் அமர்த்தப்பட்டனர். அவர்கள் அடிமட்டத் தொடர்பும், ரகசியமான மேல்மட்ட விசுவாசம் கொண்டவர்களாகயிருந்தனர்.

ரானே இறந்தாலும் வேறெதாவது லோக்கல் அரசியல் குழு இந்த மிரட்டல் விசயத்தை கையில் எடுக்கலாம் என்று எதிர்பார்த்தார் அனந்தராமன். அவர் எதிர்பார்த்தது போலவே ரானேவோடு வந்த சில அடி பொடிகள் சாரை பார்க்க வேண்டி அலுவலகம் வந்தனர். கட்சி மேலிடம் அனுப்பியிருப்பதாகச் சொன்னார்கள். இந்த முறை உடல் மொழியில் மிரட்டலில்லை.

ரூபி மேடம் இதுபோல தான் யாரையும் சந்திக்க முடியாது என்றும் நிறுவனத்தின் எம்.டி சிங்கப்பூரிலிருக்கிறார் என்றும் சொன்னார். இரண்டாவது முறை அவர்கள் வந்த போது 'ஏதாவது கொடுங்கள், ரானே சாரிடம் இருக்கிற பைல்களை திருப்பிக் கொடுக்கிறோம்' என்றார்கள்.

"யார் ரானே.. எனக்கு எதுவும் தெரியாது.." என்று ரூபி சொல்ல, அவர்கள் கிட்டத்தட்ட ஏதாவது போட்டு கொடுங்கள், உங்கள் உதவி எங்களுக்குத் தேவை என்கிற நிலைக்கு வந்தனர். தன்னால் எதுவும் செய்ய முடியாது என்றும், மேலும் இத்தகைய

இடையூறுகள் வந்தால் தாங்கள் காவல்துறையின் உதவியை நாடவேண்டி வரும் என்று மென்மையாய் எச்சரித்தார். போலீஸுக்கு போவதாகச் சொல்லப்பட்டது. உயர் பதவியில் அமர்த்தப்பட்ட உள்ளூர் மராட்டிக்காரர்கள் தான் பெரும்பாலும் தொடர்பு ஜன்னல்களாயிருந்தனர்.

ரானேவின் அடிபொடிகள் எதுவும் தேறாது என்று தெரிந்த நிலையில், அவர்களுக்குத் தெரிந்த ஒரு சில பேருக்கு ப்யூன் உத்தியோகம் கேட்டு சிபாரிசு செய்தார்கள்.

ஆக, துப்பாக்கி கொண்டு வந்த ரானேயின் படலம் ஒரு சில ப்யூன் வேலை கொடுப்பதோடு முடிந்து போனது. இந்த காலகட்டத்தில் அனந்தராமன் பாதுகாப்பு கருதி பெரும்பாலும் அலுவலகத்திற்கு வருவது இல்லை. பைல்கள் அவரது கையெழுத்திற்காக ரூபி மேடத்திடம் போகும். அவர் சாரிடமிருந்து கையொப்பங்கள் வாங்கிவருவார். அலுவலத்திலும் யாருக்கும் சாரின் நேரடியான தொடர்பு இல்லாமல் பார்த்துக் கொள்ளப்பட்டது. சார் சிங்கப்பூரில் தான் இருக்கிறார் என்று நம்ப வைக்கப்பட்டது.

எல்லா முடிவுகளையும், தீர்மானங்களையும், தொடர்புகளையும் ரூபி மேடமே எடுத்தாள். அனந்தராமன் ஈபிள் டவரில் உட்கார்ந்தவர் போல ஆகிப்போனர்.

20.1

“என்ன சார்.. ப்ராபளந்தா சால்வ ஆயிடுச்சுல்ல..” சுந்தர் கேட்டான். செம்பூர் பார். சுப்பு அளவுக்கதிகமான அமைதியில் இருந்தார்.

“எதைச் சொல்லுதீக”

“கம்பெனி லாக் அவுட்டு தான் முடிஞ்சு போச்சுல்ல..”

“ஓ. அதைச் சொல்லுறீங்களா..” சுப்பு மறுபடியும் அமைதியானார். ஒவ்வொரு உறிஞ்சலுக்கு முன்னும் ஒரு சிற்றுரை, பேருரை முடித்து வறண்ட நாக்கை ஈரப்படுத்திவிட்டு மேலும் தொடரும் சுப்புவிற்கு சுருதி அன்று கொஞ்சம் கூட சரியேயில்லை.

“சரியான எளவெடுத்த ஊரு.. காட்டுப் பசங்க..” ரமணி கச்சேரியை ஆரம்பிக்க ஸ்ருதிப் பெட்டியை ஆன் செய்தது போல ஆரம்பித்தான்.

“என்ன ரமணி. நம்ம ஊர்ல மட்டுமென்ன.. கோட்டு சூட்டு போட்ட கனவானா இருங்காங்க.. களவாணிப்பயக ஊர் தானே.. உங்க சொந்த ஊர் லண்டன், பர்மிங்ஹாம் இல்லையே.. இல்ல.. சும்மா கேட்டேன் நான் தப்பா சொல்லக் கூடாது பாருங்க..” ரமணிக்கு ஏண்டா தப்பாய் வாயைக் கொடுத்தோம் என்றிருந்தது.

“இல்ல சார்.. தினமும் ட்ரெயினு.. இரண்டு மணிநேரம்.. திருப்பி வீடு.. ஒரே மெக்கானிகல் வாழ்க்கை.. லைப்புனு ஒன்னு இருக்கணும்ல..”

“அப்படி ஓடறதுனலதானே நம்ம உடையாம இருக்கோம்.. நம்ம கூடயிருந்த நூத்தி பத்து பேரு வேலையில்லாம நாசமாப் போனேங்களே.. நாம கவலைப்பட்டோமோ.. இந்தா ஜாலியா குடிச்சிட்டில்ல இருக்கோம்.. மனுஸ கவலைப்பட்டு மயிரா பிடுங்க.. அதுக்கு கூட டைம் கொடுக்காதில்ல இந்த ஊரு.. அதுவும் நல்லதுக்குத்தான்..”

மெல்ல மேசையில் தாளம் போட்டபடியே ஏறிய போதையை ரசித்தார். உள்ளே புகுந்த பெண் வெயிட்டரை பக்கத்தில் வரச்சொல்லி சர்வீஸ் என்றார். அவள் வந்து கோப்பையில் திரவம் பரிமாறினாள். மென்மையாய் இடுப்பைத் தடவி கிள்ளினார். அவள் முதுகு பக்கம் வந்து அவர்மீது படர்ந்தவாறே பேசினாள். அவளது முலைகள் அவர் முதுகு மீது முழுவதுமாய் நிரம்பிக் கிடந்தன. அவரது தாடைகளைத் தடவி விளையாடினாள். தலையை கலைத்துவிட்டு, “ஜாதா மத் பீனா..” என்றவாறே நகர்ந்து சென்றாள்.

சுப்பு சாரை அப்படிப் பார்த்தது கொஞ்சம் அதிசயமாயிருந்தது. உடம்பில் உராய்ந்த காமம் அடங்கிய சில மணித்துளிகளில் சகஜ நிலைமைக்கு வந்தார். அவளின் உராய்தல் அவரைக் கொஞ்சம் சிரிப்புடையவராக்கியிருந்தது.

“இப்ப வந்துட்டு போனாளே.. அப்படி நம்மூர்ல கிடைக்குமா.. சவத்தை நெருங்க முடியுமா.. நாறித்தள்ளுமே.. இப்படி உட்காந்து குடிக்க, நம்ம போடற காசுல ஒரு இடம் உண்டாவே.. மூத்திர சந்துல கடை வெச்சிருப்பான்.. மூஞ்சியை மூடிட்டு குடிக்கணும்.. இல்ல.. பம்பு செட் பக்கத்துல பம்மணும்.. ஊத்தி குடித்துட்டு.. தடவிக் கொடுத்துட்டுல்ல போற.. ஒரு பாலீஷ் பெர்சனாலிட்டி இருக்குது பாத்தீகள்ளா..” சின்னதாய் சிப்பிவிட்டு, கடலையை தூக்கி வாயில் போட்டுக்கொண்டார்.

“இதிலென்ன மெக்கானிக்கல் லைப்பு.. நா தங்கியிருக்கேனே.. ஐயர்வாள் வீடு.. ஆச்சாரம் தான்.. இருந்த இடத்தை சாணி விட்டு அலம்பாத குறை தான்.. ஆனா.. உமக்கு ஒன்னு தெரியுமா.. அந்த வீட்டுக்கிழவி.. நான் லேட்டா போனாலும் எனக்காக சாப்பிடாம உக்காந்திருக்கும்.. நா.. யாருவே.. அவளுக்கு.. ஆப்டர் ஆல். பேயிங் கெஸ்டு.. காத்து கிடப்பாளே. ஏதாவது விசேசம் பண்ணினாலும்.. எனக்கு கொடுக்காம சாப்பிட்டதில்லையே.. இதில எங்கேவே மெக்கானிகல் லைப் இருக்கு.. என்ன ரமணி சார்.. லண்டன்..” சுப்பு சார் இவ்வளவு நக்கலாய் பேசுபவரில்லை.

‘காக்காய்க்கும் நாய்க்கும் கூட சில சமயம் படைப்பதுண்டு’ என ரமணிக்கும் வாய்வரை வந்தது. சுந்தர் வேண்டாமென்பான். ‘ஏண்டா, சும்மா போனோமா, ஓசியில உராஞ்சோமா,

வந்தோமான்னு இல்லாமா.. அவர்கிட்ட என்னடா பேச்சு..” என்பான்.

“நம்மூர்ல சாண்டவ்விச் எப்படி கட் பண்ணி கொடுக்கான் பாத்தீகளா.. ஒரு பயலுக்கும் இந்த ஃபெக்சன் வரதுல்ல.. இந்த ஊர்ல எல்லா மனுசாளும் வாழலாம்.. நம்மள மாதிரி பரதேசிகளும் இருக்கும்.. சார் மாதிரி, ரூபி மாதிரி ஜகஜால சுந்தரிகளும் இருக்கும்.. எல்லாயிருந்தாத்தானே.. நல்லாயிருக்கும்.. நீயும் நானும் இருந்தா நாடு முன்னேறுமா.. சாரும் மேடமும் தானே நாட்டோட ஜீடிபி தூக்கி பிடிக்கணும்.. ரூபி மேடம் எல்லாத்தையும் வழிச்சி இப்படி தூக்கி பிடிப்பா..”

சுந்தர் உள்ளுக்குள்ளே சிரித்துக்கொண்டான். இன்றைக்கு சரக்கு எதுவும் தவறாக எடுத்துக்கொண்டு விட்டாரா என்ற கவலை நீங்கி, அவரது எப்போதுமான வழிக்கு வந்தது நிம்மதியாயிருந்தது. இனி ஏதாவது விசயம் வரும். மெல்ல தூண்டிலோடு காத்திருந்தான்.

மறுபடியும் ஆழ் அமைதிக்குப் போனார் சுப்பு. பின் அதை கலைத்து, “பிரபாகர் போனதுக்கபறம் இங்க இருக்கவே பிடிக்கலை.. உடைஞ்ச கண்ணாடில முகம் பாக்கிற மாதிரியிருக்கு..”

குரலில் வலி இருந்தது.

அடுத்து என்ன சொல்லுவார் என்று சுந்தருக்கு தெரியும். அடுத்த வாரமே ராஜினாமா கொடுக்கப் போகிறேன் என்று சத்தியம் செய்வார். அவர் சுமந்து செல்கிற எக்சிகியூட்டிவ் ப்ரிப்கேசில் எப்போதும் ஒரு கடிதம் தயாராயிருக்கும். நல்ல ஆங்கில மொழிவளத்தோடு எழுதப்பட்ட கடிதங்களை அவனுக்கு படிக்க கொடுத்திருக்கிறார்.

ஆனால் கொடுத்ததில்லை. எதுவும் நடக்காதது போல அடுத்தவாரம் கழிந்து விடும். ஒரு சில மாதங்களுக்கு பிறகு அதே கதை. ஒரு புது லெட்டர்.

“ஒக்காளி.. ஓசில குடிக்கிறதுக்கு.. இவனோட.. லெக்சர் கேட்டு, லெட்டரை படிச்சு.. த்தூ” என்று வெளியே வந்து துப்புவான் சுந்தர்..

சுப்பு தொடர்ந்தார்:

"அவன் பண்ணிது தப்பு தான்.. அவனோட தலைமுறைல முதல் ஆளு.. படிச்சு.. முன்னுக்கு வந்திருக்கான்.. இப்ப அவன பிடிச்சு போலிஸ் கேசுல போட்டு மிரட்டி, பைத்தியமாயிருக்கான். உள்ள பலவீனமான ஆளு.. எல்லாத்தையும் ஒத்துகிட்டப்பறமும் இந்த அனந்தராமன் சார், அவன் கிட்ட ஒன்னுமே பேசாம ரூபி கிட்ட பேசுன்னு சொல்லிட்டு போயிட்டாரே.. கொத்தற பாம்போட அவன் குடுத்தனமா நடத்த முடியும்.. அவளும்.. என்னெல்லாம் சொல்லிட்டா.. ஐயோ.. நினைச்சாலே எனக்கு வயிறு கலங்குதே. அந்த வார்த்தையை யாராவது எங்கிட்ட சொல்லிட்டா நா அந்த கணத்திலே உயிர விட்டுருவேன்ல.. பாவம் பிள்ளைக்குட்டிக்காரன்.. "

"ஆனா பிழைச்சுக்குவான். விசயம் தெரிஞ்ச ஆளு.. இந்த இடம் இல்லையா. இன்னொரு இடம். நாய்களுக்கு குப்பை தொட்டிக்கா பஞ்சம்.. நாமா என்ன ரூபியா.. பட்டுப்பாய் கேக்கறதுக்கு.."

புலம்பல், பதிவான புலம்பல். கவிதைத்தனமான புலம்பல்.

"நா அடுத்த வாரம் ஊருக்கு போலாம்னு டிக்கெட் போட்டிருக்கேன்.."

"வெரிகுட்.. சார். வரும்போது அல்வா வாங்கிட்டு வாங்க.."

"வந்த பாக்கலாம்.."

வரவேயில்லை. எந்த கடிதமும் கொடுக்கவில்லை. மொத்தமாய் ஊரையே தலைமுழுகி விட்டார்.

சாருக்கு மட்டும் ஒரு சின்ன சீட்டு அனுப்பியிருந்தார். அதில்,

Mountain is Mountain; River is River; After lock out

Mountain is Mountain; River is River.

"யாரு கொடுத்தது.. சுப்புவா.." சார் அதை படித்துக்கொண்டேயிருந்தார். பத்திரமாக பையில் வைத்துக்கொண்டார்.

20.2

லாக் அவுட் முடிந்த நாட்களிலிருந்து கார்த்திக்கு ஏழரை சனி ஆரம்பித்திருக்க வேண்டும்.

தனது துறையின் எல்லா மீட்டிங்களிலும் ரூபி மேடம் மட்டுமே இருப்பார். ஒரு விசயத்தை புரியவைப்பதற்குள் தொண்டைக்குழிக்குள் தண்ணீர் வற்றிவிடும். தெரியாதவைகள் கேட்டு தெரிந்துகொள்ள கூச்சம் ஈகோ. ரொம்ப நாட்களாக வேலைசெய்து கொண்டிருப்பவர்கள் மீது பயம் வேறு. நம்பிக்கையின்மை. சாத்தான் சர்வாலங்கார பூஷிதையாக வந்த கோலம்.

அதுபோக, ஏற்கனவே விளம்பரத்துறைக்கு வெண்ணெய் கண். மற்ற துறைக்கு சுண்ணாம்பு கண்.

கார்த்திக்கை வறுத்து எடுத்தாள். கார்த்திக்கை விரட்ட, சுருக்க, பயமுறுத்த, வெறுப்பேத்த பகீரதப் பிரயத்தனங்கள் செய்தாள்.

கார்த்திக்கை விட அவனது குழுவிலிருக்கிற அடுத்த நிலையிலுள்ள பாஸீக்கு சம்பளம் கொடுத்தாள். (சம்பள வித்தியாசத்தில், கருத்து வேறுபாடு, சண்டை, இருவரில் ஒருவர் கழண்டு போதல் மற்றும் பலிகடாவாக்குதல், பாஸீயிடம் மலையாளத்தில் பேசுவது, கார்த்திக்கை பற்றி அவனிடம் தரக்குறைவாக பேசுவது, அவனுக்கு தூபம் போடுவது)

பாஸீ வெளியே வந்து கார்த்திக்கிடம் கண்ணீர் மல்க சத்தியம் செய்தான். “நீ தான் எனக்கு எப்பவும் பாஸ்... கார்த்திக்.. நான் அடிக்கிற சண்ட மேள ஆணை. இன்னிக்கு என்ன தூக்கிவிடறவ என்னிக்கு வேணா என்னை உதைக்கவும் செய்வா.. நீ என்ன சொல்றயோ அதையே நான் செய்வேன்..”

அமைதியாய் இருவரும் காய் நகர்த்தினர். வெளியே தெரியாமல் ரூபிக்கு கத்தி சொருகினர்.

“எந்த டிசிசனும்.. என்ன கேக்காம எடுக்காதே. (ஏன் இவ்வளவு டிஸ்கவுண்டு கொடுக்கிற.. அவன் உனக்கு பிரண்டா..

தெரிஞ்சவனா..? யாரைக் கேட்டு இந்த புரோபசல அனுப்பிச்சே.. ஒரு டிஸிப்ளின் இல்ல. பிராஞ்சுக்கு என்ன மாதிரி கம்யூனிகேசன் பண்றே.. இவ்வளவு நாளா ஏன் இவன்ட்டயிருந்து பணம் வர்ல.. இல்ல யாராவது கேஸ் வாங்கி பணத்த அமுக்கிட்டாங்களா..?)

ஒவ்வொரு பிரச்சனையும் கார்த்திக் அவளிடம் கொண்டுபோய் அவளை திக்குமுக்காட வைப்பான். 'நீங்கள் சீக்கிரம் சொல்லியிருந்தீர்களென்றால் ஒரு ஆறு லட்சம் இந்த மாசம் ஏறியிருக்கும் மேடம்.. நாம் லேட்டா கொட்டேசன் கொடுத்தால் போட்டியாளன் சாப்பிட்டு விட்டான்' என்று அமைதியாய் சொல்லி ரத்தக் கொதிப்பை ஏற்படுத்துவான். அதை மின்னஞ்சலிலும் போட்டு ஒரு காப்பியை சாருக்கு அனுப்புவான்.

சில பிரச்சனைகள் உச்சம் எட்டும் வரைக்கும் காத்திருப்பான். அதில் மேடம் எந்த முடிவுக்கும் வரமுடியாது இங்கும் அங்கும் அலைவதை ரசிப்பான். முடியாது போகும் நிலையில் அவள் கார்த்தி நீயே பாருன்னு ஓடிப்போக, எல்லோரும் சிரிசிரி என்று சிரித்தபடியே அந்த பிரச்சனைக்கு தீர்வு காண்பர்கள்.

"நீ எங்கெல்லாம் போறயே வாடிக்கையாளர் மீட்டிங்கும் என்ன கூட்டிட்டு போ.."

"சரி மேடம்.."

கூட்டிக்கொண்டு முக்கியமான கேள்விகளுக்கு பதில் சொல்லாமல் மேடத்தை பார்ப்பான். மேடம் ஏதோ தெரிந்த மாதிரி உளறிக்கொட்ட அது பெரும் சங்கடத்தில் கொண்டு விடும். தான் மாட்டிவிடப்படுகிறோம் என்பதை உணர்ந்து மேலும் கடுப்பானாள் ரூபி.

விஷமாய் கக்கினாள்.

"கார்த்தி உன் டீமிற்கு முதலில் ட்ரெஸ்ஸிங் சென்ஸ் கத்துக்கொடேன்.. எல்லோரும் ஏதோ முனிசிபாலிட்டியில் வேலை பார்ப்பதுபோல் இருக்கிறார்கள்" என்பாள். 'அதுசரி. சட்டியிலிருந்தால் தானே அகப்பையில் வரும்' என காதுபட முனகுவாள்.

வார்த்தைகள் மூலம் தொடர்ந்து குத்தல். அவனிடம் தனியாகச் சொல்கிற வார்த்தைகள் எதுவும் அவனை அசைக்கவில்லை

என்பதை உணர்ந்தாள். எந்த எதிர்பார்த்த எதிர்ப்பும் வராததால், வாழைப்பழக் குத்தல்கள் தாண்டி, மற்றவர்கள் முன்னே மீட்டிங்கில் முகத்திலே சாணி எறிதல். அவனுக்குப் போய்சேர்ந்து விடுகிற பகுதியில் வார்த்தை எறிதல். எறிந்த வார்த்தை என்ன விளைவுகளை கொண்டு வருகிறது என்று வேடிக்கை பார்த்தல்.

"கார்த்திக் கல்யாணம் பண்ணிக்க போறானா.. வாவ்.. கிரேட் வுண்டர்.."

நாலு தங்கைகளுக்கு கல்யாணம், அப்பா இழந்த நிலம், வீடு மீட்டு பம்பையில் தானும் ஒரு வீடு வாங்கி நிமிர்வதற்குள் அவனது இளமை பருவம் கழிந்து முதிர் இளைஞன் பருவத்தின் மத்திய வயது. இது எல்லோராலும் அலுவலகத்தில் ஜோக்காக பேசப்பட்ட டாபிக் தான். தாங்கள் என்னதான் கார்த்திக்கை அப்படிச் சொல்லியிருந்தாலும், ரூபி அப்படி சொன்னதை நினைத்து அவனின் துறையும், சகதுறை சார்ந்த தோழர்களும் வருத்தப்பட்டனர்.

"கார்த்திக் டோண்ட் டாக் லைக் ராட் (எலி)" கார்த்திக்கு பல் துருத்தியிருக்கும்.

ஹாவ் யூ லாஸ்ட் யூர் ப்ரைன் இன்ஸைட் த தயிஸ் (உன் மூளை தொடைகளுக்கு நடுவே அடங்கிவிட்டதா ?)

யூ ஆல் டிசர்வ் ப்ளேஸ் இன் சிமிட்டரி? (சுடுகாடுதான் உங்களுக்கு சரியான் இடம்)

யூ ஆல்வேஸ் யூஸ் ஹாண்ட் ஓன்லி ? [எப்போதும் கை தான் உபயோகப்படுத்துவாயா ?] (மீட்டிங் சாப்பாட்டை ஸ்பூன் இல்லாமல் வெறுமனே கையால் சாப்பிட்டிக்கொண்டிருக்கும் கார்த்திக்கிடம் கேட்டாள்.. கார்த்தி பதில் சொல்லாமல் சிரித்ததைப் பார்த்து, டோண்ட் யூஸ் டூ மச் ? [அதிகமாக கையை உபயோகிக்காதே..] என்றாள். டோண்ட் யூஸ் ஹோண்ட் டூ மச் என்கிற வாசகம் அலுவலகத்தில் ரொம்ப நாளாக சுற்றிக் கொண்டேயிருந்தது.

தனது இந்த அஸ்திரத்திற்கும் பெரிய எதிர்பார்த்த வினை கிடைக்காததால், மேலும் உள்ளுக்குள் வெகுண்டாள். அவமானப்பட்டு ஆக்ரோஷமடையும் மனம் இன்னொரு எதிர்வினை செலுத்தாத ஆளுமையைக் கண்டு ஆட்டம் கண்டது.

முகத்தில் எந்தக் கோபமும் காட்டாமல், நோ மேடம், எஸ் மேடம் என்று பேசிப்பேசியே அவளை ரொம்பவே நோகடித்தான். இதற்கெல்லாம் அசருபவன் கார்த்திக் அல்ல என்று புரிந்துகொள்ள நாளாயிற்று. “இந்த நாயை எதால் செய்திருக்கிறார்கள்” என்று கூட மேடம் எண்ணுவதுண்டு.

அவள் திட்டியதற்கெல்லாம், “அவ கிடக்கிறா சும்ப கூ.. என்ன” என்றபடியே ஒரு தஞ்சாவூர் திட்டு திட்டிவிட்டு துடைத்தபடி போய்க்கொண்டேயிருப்பான்.

மிக முக்கியமாக, இதெல்லாம் தனது வேலையின் வளர்ச்சியைக் கெடுக்காதவாறு கார்த்தி உழைத்துக் கொண்டேயிருந்தான். வார்த்தைகள் தடித்து, தனது மனம் வழுக்கி தனது வேலை மழுங்கிப் போனால் போதும். அதுதான் ரூபி எதிர்ப்பார்ப்பது. தன்னையும் தனது குழுவையும் இந்த வார்த்தை அரசியலில் அடித்துப்போக அனுமதிக்கவேயில்லை. முதலில் வேலை. அப்புறம் இதைப் பற்றி பேசுவோம்.

விற்பனை, வேலை. அடுத்த வாடிக்கையாளன், அவன் என்ன செய்கிறான், அடுத்து என்ன செய்வோம், நாளைக்கு என்ன, அடுத்த வருடம் என்ன, எத்தனை கிளைகள் இந்த வருடம் திறக்கலாம் - அவன் ஒரு தொடர் ஓட்டக்காரன்.

ஒவ்வொரு மாதமும், காலிறுதியும் முழு ஆண்டும் அவனது விற்பனை வளர்ந்தது. புதுப்பொருட்கள், புதுச்சந்தைகள் என அவனது வியாபாரப் பிரபஞ்சம் விரிவடைந்து கொண்டேயிருந்தது.

ரூபியின் அடாவடியும் ஒருதலைப்பட்ச சாய்வும் அவர்களை ஒரு குழுவாக்கியது. முன்பு குழுவிற்குள் இருந்த சின்னச்சின்ன காக்காய் சண்டைகள் ஒழிந்து அவர்களுக்கான பெரிய எதிரி முன்னே இருந்தாள். கார்த்திக் சொல்லாமலே அவர்கள் ஓர் இறுக்கமான குழுவாக இணைந்தார்கள்.

விளம்பரத் துறையை விட நிகர லாபமும், ஒவ்வொரு ஆண்டு அதற்கு கிடைக்கிற வருடாந்திர நிரந்தர பணமும் நிறுவனத்தை மேலும் செழுமையாக்கியது.

வளர்ச்சியிலும், வேலையிலும் தவறு கண்டுபிடிக்க முடியவில்லை. குழுவையும் உடைக்க முடியவில்லை. தானாகக் கற்றுக்கொண்டு அதில் எதுவும் புதுசாய் மாற்றிவிட முடியவில்லை. வாடிக்கையாளர்களும் ஓரளவு திருப்தியாகவே இருந்தனர். இந்தப் பருப்பு வேகாது என்று தெரிந்து கொண்டாள்.

தனியாகச் சொல்லால் விட்ட அம்பு செயலழிந்து விழுந்தது. பின் குழுவில், மீட்டிங்கில் கார்த்திக்கை பற்றி சொல்லாயுதம் தொடுத்தாள். அதுவும் காற்றில் தொலைய, அடுத்த அஸ்திரத்திற்கு தயாரானாள்

குழுக்களில் ஒவ்வொருவரின் மீது தனித்தனியாக அஸ்திரம் விடலானாள். முதலில் சிக்கியவன் பாஸீ. [விசுவாசம் கெட்ட நாய்.. இன்க்ரிமெண்டையும் வாங்கிக்கொண்டு, கார்த்திக்கையும் நக்குகிறான்.. தரவாட்டில் அம்மா சிலரை கீழே போட்டு தொடைக்கு நடுவே மிதிப்பதைப் பார்த்திருக்கிறாள். அதுபோல இவனை மிதிக்க வேண்டும் என்று நினைத்துக் கொள்வாள்]

“ஏன் சத்தமா மோளம் அடிக்கிற மாதிரி பேசற..”

சடக்கென்று குத்தலாய் சொன்ன போதுதான் வலியெடுத்து, பாஸீ தாக்குண்டான். பாஸீயால் அடுத்த தினங்கள் வேலையைச் செய்ய முடியவில்லை. மேஜையில் வந்து அப்படியே பிரம்மை பிடித்தது போல உட்கார்ந்திருந்தான்.

கார்த்திக் என்ன சொல்லியும் பாஸீயால் சகஜ நிலைமைக்குத் திரும்ப முடியவில்லை. கார்த்திக்கு பயம் வந்தது. கோபம் வந்தது.

கார்த்திக் முதன்முறையாய் ரூபியிடம் அப்படிச் சொல்ல வேண்டாம் என்று கேட்டுக்கொண்டான். ரூபிக்கு எங்கு கடித்தால் கார்த்திக்கு வலி வரும் என்று தெரிந்தது.

அவனது குழுவைக் கண்டபடி தாக்கினாள். அடிக்கடி மீட்டிங் கூப்பிடுவாள். மீட்டிங் முழுக்க குழுவினருக்கு நெருக்கடி. அவர்களது ஆங்கிலம், உடை, பாவனையை பற்றிய குத்தல் வார்த்தைகள். ஒவ்வொருவரையும் சகட்டுமேனிக்கு அஸ்திர த் தாக்குதல்.

ஷெட்டி சப்போர்டு குழுவின் தலைவன். குழந்தை பிறந்ததற்காக அலுவலகத்தில் இனிப்பு கொடுத்துக் கொண்டிருந்தான்.

அப்போது வந்த மேடம் அவனை கங்கிராஜிலேட் செய்தாள். ஷெட்டி நன்றி சொல்லி அவளுக்கு இனிப்பு பொட்டலம் நீட்டினான். முகத்தை அஷ்ட கோணலாக்கி ஒரு ஸ்வீட்டை எடுத்துக்கொண்டாள்.

“என்ன குழந்தை.. வாவ்.. பெண் குழந்தையா..”

“ஆமாம் மேடம்..”

“நல்லது. உன் கார்த்திக்கு கட்டிக்கொடு.. என்ன கார்த்தி.. இப்பயே அட்வான்ஸ் புக்கிங் பண்ணிட்டேன் பார்த்தியா.” என்று சிரித்தாள். குழு அமைதியாகப் பார்த்துக் கொண்டிருந்தது.

“என்ன ஷெட்டி.. உன்னோட புராடக்டுதான்.. அவுட் சோர்சிங்.. எதுவும் இல்லையே..” என்று கேட்டுப் பெரிதாகச் சிரித்தாள்.

“உனது பாஸ் கார்த்தி.. ரொம்ப அவுட் சோர்ஸிங் எக்ஸ்பெர்ட்.. என்ன கார்த்தி.. நாம டேட்டா எண்ட்ரி.. அவுட் சோர்ஸிங் கொடுத்தது மாதிரி ஷெட்டி இதற்கு ஒன்றும் அவுட் சோர்ஸிங் கொடுக்கலையே..” என்று கேட்டுபெரிதாய் சிரித்தாள்.

“ஷெட்டி.. நோ சீரியஸ்னஸ்.. ஜஸ்ட் பார் ஜோக்..” என்று சொல்லி கை கொடுத்துவிட்டு போனாள்.

ஷெட்டி வேலையை விட்டு விட்டான். கார்த்திக் போன் செய்ததற்கு “இல்ல கார்த்தி.. உங்களுக்கு கெட்ட பெயர் வரக்கூடாதுன்னு.. நான் அன்னிக்கு எதுவும் அவள்ட்ட சொல்லலை.. இல்லைன்னா.. அன்னிக்கே அவள்ட்ட.. டெஸ்ட் பண்ணி பாக்கலாமான்னு கேட்டுருப்பேன்.. அவமரியாதைக்கும் ஒரு லிமிட் இருக்கு கார்த்திக்கு.. நீங்க அன்னிக்கு அவளை ஸ்டாப் பண்ணியிருக்கணும்..”

கார்த்திக்கு நிலம் சுழன்றது. ஷெட்டி மிருதுவானவன். இது என்மீது காறித் துப்புவதற்காக அவனை இலையாக மென்றிருக்கிறாள். இவ்வாறு நிறைய, நிறைய தொடர்ந்து, தொடர்ந்து.. தனது குழுவின் ஒவ்வொரு இலையையும் மென்று தன் மீது துப்புவாள்.

இவ்வளவு நாள் கட்டிய குழுவின் வாடிக்கையாளர்கள் எல்லாம் உதிர்ந்தபோது, கார்த்திக்கின் அக மனதில் நெய் ஊற்றப்பட்டு ஆகுதி பெரிதாய் எரிய, பயம் அதில் பஸ்பமானது.

ஆனாலும் ரூபியின் மூக்கு எல்லா இடத்திலும் நுழைந்து கொண்டேயிருந்தது. நாற்றமடிக்கும் விஷத்தை தொடர்ந்து கக்கிக்கொண்டேயிருந்தது.

*

அந்தப் போட்டி நிறுவனம் முதலிலிருந்தே குடைச்சல் கொடுத்துக் கொண்டிருந்தது. இங்கு நன்கு வளர்க்கப்பட்ட ஆட்களைத் தேற்றி, பேசிப்பேசி அதைக் கொடுத்து, இதைக் கொடுத்து கடத்திக்கொண்டு போய்விடுவார்கள். இது கார்ப்பரேட்டில் சகஜம்தான். ஆனால் லாக் அவுட்டிற்கு பிறகு அவர்களின் தொல்லை தாங்க முடியாததாகியிருந்தது. பெயரைக் கெடுப்பதில் அதிக கவனம் காட்டினர்கள்.

கார்த்திக் இந்த விஷயத்தை நிறைய தடவை ரூபிக்கும் சாருக்கும் தெரிவித்தான். ஒரு முன்னேற்றமும் இல்லை.

அவர்களின் விளையாட்டை தானும் விளையாடிப் பார்த்தால் என்ன என்ற யோசிப்பில் வலை போட்டான். அதில் ஒரு பெரும் தலை சிக்கிற்று. கேத்தன் யாதவ். கணிப்பொறித் துறையின் பெருந்தலை. பேசியதில் புரிந்து கொண்டான். அவனை எடுக்கும் பட்சத்தில் எப்போதும் தனது குழுவை இழுத்து அதிக சம்பளம் கொடுத்து, தனக்கு தொந்தரவு கொடுத்துக் கொண்டிருக்கிற அவர்களுக்கும் ஒரு படிப்பினையாக இருக்கும் என்பது திட்டம். இனிமேல் உனது அசிங்க விளையாட்டை நிறுத்திக்கொள், இல்லை நானும் விளையாடுவேன் என்கிற செய்தி.

இரண்டாவது அவனது தொழில் நுட்பத்தின் ஓட்டைகளை வெளிக்கொணர்ந்து கொஞ்சம் அவர்களை ஆட்டி விடலாம்.

ஒரு ஆறு மாசம் ஆட்டம் போதும். அதற்குள் வேகவேகமாய் சில விசயங்களைச் செய்து விடலாம். பின் அமைதியாகிப் போய், நீ உன் வேலையை பாரு, நான் என் வேலையை பார்க்கிறேன் என்கிற செய்தியோடு விளையாட்டு முடிந்து விடும்.

ரூபி மேடத்திடம் சொன்னான். சாரிடமும் சொன்னான். அவர்கள் வெறுமனே கேட்டுக்கொண்டார்கள். ரூபி அதற்குபின் அந்த விஷயம் என்னவாயிற்று என்று கேட்டாள். கார்த்தியும் கேத்தன் யாதவை பாம்பேக்கு இறுதி இண்டர்வியூக்கு வரச்சொன்னான்.

விசயம் காதும் காதும் வைத்தது போல நடந்தது. கேத்தன் கார்த்திக் சொன்னதன் பேரில் வந்திருந்தான். ரூபியும் அப்பாயிண்ட்மெண்ட் கொடுத்திருந்தாள்.

ஆனால் அன்றைய தினத்தில் ரூபி அவனை ரொம்ப நேரம் காக்க வைத்து பார்க்காமலேயே திருப்பி அனுப்பிவிட்டாள். அது மிகப்பெரிய அவமானம். கார்த்திக்கு, கேத்தனுக்கு, எல்லோருக்கும். வந்திருந்தவன் சாதாரணன் இல்லை. அவன் அப்படி நடத்தப்பட்டிருக்கக் கூடாது. பிடிக்கவில்லையென்றால் முன்பே சொல்லியிருக்கலாம். ஒப்புக்கு பேசிவிட்டு ஏதாவது சல்ஜாப்பு சொல்லி அனுப்பியிருக்கலாம். அவனை பெங்களூரிலிருந்து வரவழைத்திருக்க வேண்டாம்.

கார்த்தி சமாளிக்க வார்த்தைகளின்றி தடுமாறிய பொழுது, அவன் சொன்னான், "கார்த்திக், உனது நேர்மை எனக்கு தெரியும்.. நீ உண்மையாகத்தான் முயற்சி செய்தாய்.. ஆனால் ஒன்று நிச்சயம்.. நாம் இருவருமே தவறான முதலாளிக்கு வேலை செய்கிறோம்.. எனது முதலாளிக்கு பணம் தவிர எதுவும் தெரியாது.. உனது பெரிய முதலாளிக்கு பெண்ணைத் தவிர எதுவும் தெரியாது. சின்ன முதலாளிக்கு ஒரு இழவும் தெரியாது.. நாம் இருவரும் இவர்களுக்காக உயிரைக் கொடுத்துக் கொண்டிருக்கிறோம். புதுசு புதுசாய் செய்வது என் பாஷன்.. அதை விற்பது உனக்கு பாஷன்.. யோசித்து பார்.. இவர்களை விடு.. குப்பைகள். நம்மை அவமானப்படுத்தும் குப்பைகள்.. நாமே இணையலாமா என்று யோசி.. உன்னை எப்போதும் நம்புவேன்.."

கார்த்தி நிலைகுலைந்து எண்ணமற்றுப் போன சில கணங்களில் அதுவும் ஒன்று. முதல் முறையாக அவன் அவனுக்காக யோசிக்க ஆரம்பித்தான். சிந்தனைகள் அடுக்கடுக்காய் வந்தன.

ரூபி இருந்தால், அவளோடு இருந்தால் எதிர்காலம் இல்லை – ஏன் நிகழ்காலமும் இல்லை என்கிற நிலை.

நிறுவனத்தை வளர்க்காமல், அதற்காக தனது முயற்சிகளை முழுக்க முழுக்க தடுக்கும் இவளிடம் நான் ஏன் இன்னும் காயப்பட்டு கொண்டிருக்கிறேன்.

என்னை வளர்த்து, கற்றுக்கொடுத்த சாருக்கோ எதைப் பற்றியும் கவலையில்லை. சாமியடித்த மாதிரி ஆபிசில் உட்கார்ந்து விட்டு

ஏதோ பெயருக்கு வேலை செய்துவிட்டு போகிறார். முன்னெல்லாம் அவர் போன் வந்தால் நடுங்கும். அவரது மெல்லிய குரலுக்காகவே இரவு, பகலாய் உழைக்கத் தோன்றும். அவரின் ஒரு வார்த்தை, உயிரே கொடுக்க தயாராயிருந்த காலங்கள் உண்டு. அவருக்கே இல்லாத அக்கறை என்னிடம் இருந்து என்ன பயன்?

எனது பயம்தான் எனக்கு எதிரியோ? சுயமரியாதை சுத்தமாய் செத்துப் போயிற்றோ? பாம்பே வாழ்க்கைக்கு நான் எனக்கு தெரியாமலே அடகு வைத்த பொருள் சுயமரியாதை தானோ? உள்ளே அழுகிக்கொண்டு, வெளியே சிரித்துகொண்டு இன்னும் இருபது வருடங்களுக்கு முன்னால் வந்து சேர்ந்த அதே, வளராத முதிராத, மனநிலையில் தான் இருக்கிறேனோ?

தான் மட்டும் தனியாய், விதையாய் இருந்து வளர்த்த, வளர்ந்த மரம். இன்று நூறு பேருக்கு மேலே. சார் இல்லாவிட்டால் நான் இல்லை. நான் இல்லாவிட்டாலும் இந்த மரம் இல்லை. எனக்கென்று நான் எதுவும் எப்போதுமே ஏன் கேட்டுக்கொண்டதேயில்லை. அது தியாகமா? பயமா?

எனது வெற்றிகள் அனைத்தையும் நான் இன்னொருத்தனுக்கு அர்க்கியம் பண்ணிக் கொடுக்கிறேனா? அதன் மீது எந்த பாக்கியதையும் அற்று இருக்க எது காரணம். இன்னும் என் மன ஓரத்தில் நான் இதற்கெல்லாம் லாயக்கற்றவன் என்று நினைக்கிறேனா? இதன் வளர்ச்சியில் என் குடும்பம் வளர்ந்தது. அப்பா நிலம் மீண்டது. தங்கைகளுக்கு கணவர்கள். சந்தோசம்தான். ஆனால் நான் எங்கே நிற்கிறேன்?

இருக்கிற ஆயிரக்கணக்கான வாடிக்கையாளர்களும் எனக்காக நிற்கிறவர்கள் தானே அதிகம். எத்தனை குற்றங்கள் பொருளில் இருந்தும் என் சொல்லுக்காக, என் உறவுக்காக, வளர்ந்த உறவுகள் தானே இது. என்மீது, என் மாபெரும் திறன்மீது எனக்கேன் நம்பிக்கையில்லை?

என்னை வறுப்பதற்காக வருத்தமில்லை. ஆனால் என்மீது இருக்கிற கோபத்தை இந்த ரூபி கூமுட்டை நிறுவனம் மீதல்லவா காட்டுகிறது?

எவ்வளவு நாளாக அவனிடம் கஷ்டப்பட்டு அவனிடம் பேசி, நைச்சியமாய் நடந்து, அவனுக்கு பெரிய கனவுகளை விதைத்து, தனது பெரிய முகம் காட்டி, யாதவை கூட்டி வந்தால் இந்த நாய் பார்க்காமல் கூட திருப்பி அனுப்புகிறாளே, நான் வதைபடுவேன் என்பதில் மகிழ்ச்சியா? என் வேட்டி உருவிப் பார்த்து மகிழ்வதில் என்ன சுகம் இவளுக்கு. அறிவுகெட்ட சாடிஸ்ட் ஜன்மம்.!!

யாருக்கு நட்டம்? நிறுவனத்திற்குத்தானே? எல்லாம் செய்துவிட்டு, அதைப் பற்றி எதுவும் நடவாதது போல நடந்து கொண்டது இன்னும் அவமானம்.

யாதவ் கை குலுக்கிச் சென்ற அன்றைக்குத்தான் பாஸீயும் கார்த்தியும் மனதிற்குள் முடிவுக்கு வந்தார்கள்.

பாஸீதான் கேட்டான். "கார்த்திக்.. இவகிட்ட குப்பை கொட்டறதுக்கு நாமெல்லாம் ஒரே டீமா தனியா போயிட்டா என்ன?" - வார்த்தை கேட்டு முதல் முறையாய் கார்த்தி ருத்ரனாய் எழுந்து நின்றான்.

20.3

"மதராசி நீ இதை முன்னாடியே செய்திருக்க வேண்டும். ரூபி மேடம் துரத்திய பிறகு செய்கிறாயா.. அது சரியான மால்.. என் நிறுவனத்திலிருந்தாலும் அவளை நான் அப்படித்தான் வைத்துக்கொண்டிருப்பேன்.." மோதிலால் கார்த்திக்கிடம் சொன்னார்.

நல்ல மூடில் இருந்தார். மேஜையில் தாளம் போட்டவாறே, "வாவ்.. சோலிகே பிச்சே க்யா ஹே.. உஸ்கோ பிச்சே சப் ஹை.. உஸ்கோ பிச்சே ஆப்கோ அனந்தராமன் சாப் ஹை" கபகபவென்று சிரித்தார்.

அவனது திட்டங்களை எல்லாம் பொறுமையாய் கேட்டார்.

"கார்த்தி.. உன்னை இந்த சந்தைக்கு வந்ததிலிருந்து தெரியும்.. நம்பிக்கை முழுக்க இருக்கிறது. ஒரு வருடத்திற்கு நான் இன்வெஸ்ட் செய்கிறேன். அதற்குள் ப்ரேக் ஈவன் வந்துவிட வேண்டும். அது ஆகாவிட்டால் கடையை மூடி விடுவேன். உனக்கு எவ்வளவு தோன்றுகிறதோ அந்த பங்கை கொடு மற்ற விவரங்களை ஒஸ்வாலிடம் பேசிக்கொள். நாம் இணைகிறோம்.." என்றார்.

பரவச நிலையில் கார்த்தி அன்று பங்குச்சந்தையே ஒருமணி நேரம் அதன் எல்லா தெருக்கள் வழியாகவும் சுற்றி வந்தான். ஊர்க்கோபுரம் ஞாபகம் வந்தது. முக்கிய நட்பான வாடிக்கையாளர்களிடம் ரகசியமாய் சொல்லப்பட்டது. அவர்களின் ஆதரவு கோரப்பட்டது.

"டெக்னாலஜி பற்றி கவலைப்படாதே.. ஏற்கனவே பண்ணியது தான். ஒரு சில வாரங்களில் ரெடியாகிவிடும்.. சின்ன அப்டேட்டோடு. டேட்டாவை கவனித்துக் கொள்.. ஒரு சில தினங்களில் சின்னதாய் ஒரு டெமோ அனுப்புகிறேன். அதை வைத்து ஆர்டர் எடுங்கள்.. ஓரிரு மாதங்களில் முழு புராடக்டும் வந்துவிடும். ஒருசில மாதங்களில் நானும் வந்துவிடுவேன்.. பின்பு ப்ராடக்டு, புராஜக்டு என்று குவித்து கோட் எழுதி தள்ளிவிடுவோம். கவலை வேண்டாம் நண்பா" - கேத்தன் யாதவ்.

பாஸீ ரொம்பவே குஷியானான். "கார்த்திக், மோதிலால் பணம், கேத்தன் யாதவோட டெக்னாலஜி சப்போர்டு.. ஏற்கனவே சப்போர்ட் பண்ண நாப்பத்தியாறு கிளையண்டு.. பம்பேயில மட்டும்.. எல்லா பசங்களும் மோஸ்ட்லி ஜாயின் பண்ணிக்கிறேன்னு சொல்லியிருக்காங்க.. மே. பி.. ஒன்னு.. இரண்டு பேர் கழண்டுக்கலாம்.. சோ.. ரைட் டீம். ப்ரம் டே ஒன்... ஆறு மாசத்தில ப்ரேக் இவன் ஆயிருவோம்.."

"நாயிண்டே மேளே.. மேளச்சத்தம் போலவா பேசினேன். இப்போது பேசப் போகிறேனே.. உன் செவி கிழியுமாறு மேளம் அடிக்கிறேன் பாரு.." பாஸீ மனதிற்குள் உறுமினான்.

பாஸீ தனது மேளத்தை ஆரம்பித்தான். கார்த்திக் பெயரைச் சொல்லி உற்சவ மூர்த்தியாய் கிளம்பினான்.

புது டெக்னாலாஜி பயிற்சி முகாம் என்ற பெயரில் எல்லா கிளைகளின் தலைவர்களும் பாம்பே வரவழைக்கப்பட்டனர். காலையிலிருந்து மாலை வரை பயிற்சி என்ற பெயரில் ஏதோ நடந்தது.

அன்று மாலை அவர்கள் எல்லோரும் ஆவலாய் காத்திருந்த அந்தச் சந்திப்பும் நடந்தது.

*

ஹோட்டல் சங்கீத். கம்பெனி லாக் அவுட் ஆன நேரத்தில் இயங்கிய ராசியான அதே அறை.

ரமணி, சுந்தர, கார்த்திக், பாஸீ மற்றும் கார்த்தி துறையின் அத்தனை தோழர்களும் குழுமியிருந்தனர். கார்த்திக் மௌனமாய் உட்கார்ந்திருந்தான். பாஸீ மட்டும் தொண்டையை கனைத்துக் கொண்டும், மீசையைத் தடவி விட்டபடியும் பேச ஆரம்பித்தான். மலையாள வாடை அடிக்கிற ஆங்கிலம்.

"யூ ஆல் நோ. ஹொ வி ஒர்க்டு ஹார்டு.. திங்க்ஸ் ஆர் நாட் லைக் ஓல்ட் டேய்ஸ்.. சார் இஸ் நாட் இன்வால்விங்.. வி மே டைக்யர் அஸ் ஜஸ்ட் இம்பாளியிஸ் வூத் அவுட் செல்ப் ரெஸ்பெக்ட்.. [You all know, we worked hard.. thinks are not like old days.. Sir is not involving. we may die as just employees with out self respect.]"

“கார்த்திக்.. ஐ டோல்டு ஆல் பிப்பிள்.. ஆல் ஆர் அக்ரீடு..”

கார்த்தி எல்லோரையும் பார்த்துவிட்டு ஆரம்பித்தான். அவன் பேசும்போது கைகள் முன்புறமாகக் கட்டிக்கொள்வான் உட்கார்ந்திருந்தால் கால்கள் தானாக ஆடும். ரொம்ப லயத்தோடு பேசும்போது கண்கள் முழுவதும் திறக்காமல் கொஞ்சம் மூடியிருக்கும் - புணர்தலை ருசிக்கிற பெண் போல. பேசிவிட்டு சின்னதான இடைவெளியில் சிரிக்கிறான் என்றான், அது கேட்பவனின் அதிகபட்ச கேட்டலைக் கோருகிறது என்று அர்த்தம்.

ஓரிரு நிமிடங்களுக்குப் பிறகு கார்த்திக்கின் பேச்சு மடை திறந்த வெள்ளம் தான். அவனுக்கென்று ஒரு லாஜிக்கல் தடம் இருக்கும். மேலாகப் பார்த்தால் எந்த இணைப்புமின்றி இருப்பது போல தோற்றம் தரும் புள்ளிகளை கடைசியில் மொத்தமாக இணைப்பான்.

பேச்சில் சின்னத் திணறல்கள் கூறியது கூறல், தலை சொறிதல், பேண்டை சரிசெய்து கொள்ளுதல் எல்லாம் உண்டு. ஒரு சாதாரண நண்பன் உணர்ச்சி வசப்பட்டுப் பேசுவது போன்ற தொனி.

“சீ.. நான் யாரையும் கம்பெல் பண்ணலை என்ன. நீங்கள்ளாம் வேற கம்பெனி ஆஃபர் வந்தப்போ உங்களையெல்லாம் எப்படி எப்படி தடுத்து.. என்ன இங்கயே இருக்க வைச்சிருக்கேன்னு உங்களுக்கே தெரியும். என்ன.... எனக்கு எந்த இரண்டாவது கம்பெனியும் தெரியாது.. ப்ரம் பிகினிங்.. திஸ் இஸ் ஒன்லி த கம்பெனி.. என்ன..” குரல் நின்றது. வார்த்தைகளைத் தேடினான். அதிகமாக உணர்ச்சி காட்டக் கூடாது என்று உள்ளுக்குள் சொல்லிக்கொண்டான்.

“யூ நோ இட். வெல்.. இந்த கம்பெனிக்காக நான் எப்படி உழைச்சிருக்கேன்னு. உங்களோட சண்டை போட்டிருக்கேன். உங்கள்ட்டருந்து அதிகமாக வேலை வாங்கியிருக்கேன். ஆனா நான் உங்க யாரையும் விட்டுக்கொடுத்ததில்லை. நம்ம மேடம் என்ன சொன்னாலும்.. உங்கள என்னிக்குமோ விட்டுக் கொடுத்ததில்லை. லாஸ்டு நாலு மாசமா உங்களுக்கெல்லாம் என்னலல்லாம் குடைசல் கொடுக்கிறா. இவ.. சால..என்ன..” கோபத்தில் மறுபடியும் பேச்சு நின்றது.

“உங்களுக்கெல்லாம் இந்த நாலு மாசம் தான். எனக்கெல்லாம் இந்த ஏழரைச்சனி ரொம்ப நாளாவே. என்ன என்னெல்லாம் சொல்லியிருக்கா... ஐ நெவர் டேக் எனிதிங்.. ஸீரியஸ்.. உனக்கு தெரிஞ்சுது அவ்வளவுதான்னு இருப்பேன்.. உங்களையெல்லாம் சொல்ல ஆரம்பிச்சிட்டா.. கண்டபடி பேசறா. ஷெட்டிய, பாஸீயா, சிவராமனை ..எல்லாரையும்.. ஒரு லிமிட் வேண்டாம்.. சூத்தியா..” அவன் கோப வார்த்தையை அறை வாங்கிக் கொண்டது. .

ஒவ்வொருவரும் அவர்களுக்கு ஏற்றப்பட்ட ஊசியை, கக்கப்பட்ட விஷத்தை மறுபடி நினைவுக்குக் கொண்டு வந்தார்கள்.

“இந்த டிஸிஷன் கூட என்னை இவ குத்தி பேசறாங்கறதுக்காக இல்லை.. என்னால உங்களையெல்லாம், நம்ம கஷ்டப்பட்டு பில்ட் பண்ணின கஸ்டமரெல்லாம், இவ்வளவு கஷ்டப்பட்டு பண்ணின கம்பெனிய வறுத்தெடுக்கிறாளேன்னு தான்.. இந்த முடிவுக்கு வந்தேன்.. இப்படி பண்ணிட்டேயிருந்தா.. எங்க ஆரம்பிச்சோமோ அங்கயே நம்மள கொண்டு வந்து விட்டுருவா..” தண்ணீர் குடித்துக் கொண்டான். ஆரம்பித்த இடத்தின் பயத்தை நீரோடு சேர்த்து முழுங்கினான்.

“ஸார் கிட்ட எவ்வளவோ சொல்ல ட்ரை பண்ணியாச்சு.. முன்ன மாதிரி ஸார் ஒழுங்காயிருந்து ஸொல்யூசன் வந்திருந்தா நான் இந்த ஆப்சனை கன்சிடர் பண்ணியிருக்கவே மாட்டேன்... எனக்கென்னமோ ஸார் போன பாதையிலிருந்து திரும்பி வருவார்னு தோணலை..” வருத்தம் தோய்ந்த குரல்.

“சாரை.. தனியா மீட் பண்ணவே முடியலை. இன்பார்ம் ரூபி.. இன்பார்ம் ரூபி. ரிப்போர்ட் டு ஹெர்னு.. சொல்றார். எப்பாவது சந்திச்சு என்ன பேசினாலும் இவகிட்ட சொல்லிர்றாரு.... இவ அத சாக்கா வைச்சு ரொம்ப வறுக்கிறா... அவருக்கு இப்பெல்லாம் கம்பெனில இண்ட்ரெஸ்ட இல்ல.. வேறெதுலயோ இருக்கு... இட் இஸ் டூ மச்..”

அறை மெதுவாகச் சிரித்தது. அந்தச் சிரிப்பை பாஸீதான் ஆரம்பித்து வைத்தான். சிரிப்பின் அர்த்தம் எல்லோருக்கும் தெரிந்தது. அவர்களும் தனித்தனி அலைவரிசையில் சிரிப்பில் கலந்து கொண்டார்கள்.

“என்னிக்குமே நான் எனக்குன்னு ஒரு பைசா மேனெஜ்மெண்ட் கிட்ட கேட்டதில்லை.. எனக்குன்னு கொடுக்கிற இன்செண்டிவ்வை பிரிச்சு உங்களுக்கும் கொடுக்க சொல்லியிருக்கேன்.. அது உங்களுக்கே தெரியும்.. ஆனா கார்த்திக் நிறைய வேலை வாங்கிட்டு அவன் இன்செண்டிவ் வாங்கிக்கிறான் அவ டீமுக்கு கொடுக்கவே மாட்டேங்கிறான்னு சார்ட்ட வத்தி வைச்சிருக்கா.. அவர் என்ன கூப்பிட்டு கேட்கிறாரு.. என்னை நீ மட்டும் வாங்கிக்க எதுக்கு டீமுக்கெல்லாம் கேட்டு கழுத்தறுக்கிறேன்னு எத்தனையோ தடவ சொல்லியிருக்கா..“

அது எல்லோருக்கும் தெரியும்.

ராகுல் குப்தா - கிழக்கு பிராந்திய மேனேஜர் - கல்கத்தாவிலிருந்து ரயிலில் வரும்போது லாப்டாப்பை தொலைத்து விட்டான். கம்பெனி அவனைப் பணம் கட்டச் சொன்னது. திகைத்து நின்றபின் மாதச்சம்பளத்தில் கட் செய்துகொள்ளச் சொல்லிவிட்டது. லாப்டாப் வைத்திருக்கிற எல்லோரும் பயந்து போன தினங்கள் அவை.

கம்பெனிக்கு பணம் கட்டுமாறு சொல்லி, அவனது அஜாக்கிரதைக்காக வெளியே திட்டிவிட்டு அவர்களுக்குத் தெரியாமல் அவனுக்கு பண உதவி பண்ணியிருக்கான். ஒரு சில மாதங்களுக்கு பிறகு அவன் அதிகமான சேல்ஸ் செய்திருப்பதாகக் காட்டி அவன் கட்ட வேண்டிய தொகையை ரத்து செய்துவிட்டான். இதையும் கார்த்திக் சொல்லவில்லை. ராகுல் குப்தாவே நெகிழ்ந்து தன் சக தோழர்களிடம் பகிர்ந்து கொண்ட போதுதான் கார்த்திக்கை பற்றிய பிம்பம் அவர்களிடம் பலப்பட்டு போனது.

சம்பள உயர்வு நேரத்தில் மேனெஜ்மெண்டிடம் சமார்த்தியமாக பேசி தனக்கும், தனது துறைக்கும் அதிகமாக வாங்கத் தெரியாது விளம்பரத்துறை எந்தக் காரியமும் சாதிக்காமல் வாய் சவாடல் பேசியே அடுத்த வருடத்தில் பாலாறும், தேனாறும் ஓடப்போகிறது என்று சொல்லியே கறந்து விடுவார்கள். சம்பள உயர்வு மாதத்தில் அவர்கள் கொட்டும் வியர்வையும், உழைப்பும் நிறுவனத்தையே மூழ்க வைக்கும்.

கார்த்திக் அந்த படம் போடல் தெரியாது செய்ததையே சரியாகச் சொல்லாமல் இரண்டு பக்கமும் இடிவாங்கிக்கொள்வான். முதலில் இடிப்பவன் பாஸீ தான். அடுத்தவனுக்கு தேன் கிடைக்கிறது கார்த்திக்.. நமக்கு மட்டும் விளக்கெண்ணெய் என்று பிலாக்கணம் படிப்பான். ஆனால் கார்த்திக்கின் நேர்மை இருபக்கத்துக்கும் தெரியும்.

அந்த நேர்மையை அந்தக் குழு மறுபடி தரிசனம் செய்து கொண்டிருந்தது. கார்த்திக் தனது திட்டங்களை விளக்கினான். யார் பணம்போடப் போகிறார்கள், இதுவரை இல்லாத என்ன புராடக்ட் வரப்போகிறது, அதை எப்படி மார்க்கெட் செய்யப்போகிறோம், ஒரு வருடத்தில் நமது சேல்ஸ் எப்படி இருக்க வேண்டும், அப்போது ஒவ்வொருவருக்கும் கிடைக்கும் பணம் எவ்வளவு இருக்கும் என்று கணிப்பொறியில் போட்டுக் காட்டினான்.

ஒவ்வொருவரும் எப்படி எப்படி வேலையிலிருந்து கழண்டு கொள்ள வேண்டும், அதற்கு முன் சந்தையில் என்னவெல்லாம் வேலை செய்ய வேண்டும் என்று திட்டம் கொடுத்தான். எல்லோரும் போக, கடைசியில் கார்த்திக்கும், பாஸீயும் சேருவார்கள்.

உள்ளே என்ன நடக்கிறது என்பதைத் தெரிந்து கொள்வதற்காக அதற்கு பின்னும் சிலர் உள்ளேயே இருப்பார்கள் என்றும் பேசி வைக்கப்பட்டது.

“என்னடா.. நீ ஜாயின் பண்ணப் போறயா..” சுந்தர்.

“நீ” ரமணி.

பதில் சொல்லாமல் கார்த்திக்கை நோக்கி திரும்பினார்கள்.

“ஒருவேளை இதில் எங்காவது தவறு நடந்தாலும் உங்களது வேலை பற்றி கவலைப்படாதீர்கள். போட்டியாளர் நிறுவனத்திடம் எனக்கு நல்ல பெயர் இருக்கிறது. உங்களுக்கு கண்டிப்பாய் ஒரு வேலை வாங்கித் தருவது எனது கடமை.. என்னை நம்புங்கள்”

கார்த்திக்கின் இந்த வார்த்தை நிறைய பேரின் பய ஐஸ் கட்டிகளை உடைத்துக் கரைத்தது.

"ஞாபகம் வைத்துக் கொள்ளுங்கள்.. வெறும் சம்பளம் மட்டுமல்ல. லாபத்திலும் பங்கு உண்டு" என்று கார்த்திக் தழுதழுக்கச் சொன்னது எல்லோரையும் நம்ப வைத்தது. எவ்வளவு குறைவானாலும் ஒவ்வொருவருக்கும் இந்த அளவாவது வரவேண்டும் என்று கணித்துக் காட்டினான்.

"இங்க எந்த ரூபியும் கிடையாது. நாம.. எல்லோருமே ரூபி தான்" கார்த்திக் சொன்னபோது 'ஓ'வென்று சத்தம் எழுந்தது. குப்தா டான்ஸ் ஆடினான். விட்டல் மேத்தா சீட்டி அடித்தான். சிவராமன் எழுந்து நின்று கை தட்டினான்.

"கார்த்தி.. இன்னிமே நம்ம ரூபி பாஸீ தான்.." என்று சுந்தர் சொல்ல, "ஹை.. ஸீட்.. ஃபக். க்யா பாத் கர்ரேஹோ.. (என்ன சொல்ற)" பாஸி வெட்கப்பட, அறை முழுவதும்.. ஹோ பாஸீ என்று சிரித்தது. பாஸீயால் சிரிப்பைக் கட்டுப்படுத்த முடியாமல் மீசையை தடவிக் கொடுத்தபடி சிரிக்க ஆரம்பித்தான்.

பாம்பின் பிடியிலிருந்து விடுபட்ட சந்தோசம்.

"இது எனது வாழ்க்கையில் இரண்டாவது இன்னிங்க்ஸ்" என்றான் கார்த்திக் நிதானமாய் நிறைவாய்.

"ஓலே. கார்த்திக்.2.0" என்றான் பாஸீ.

அறை ஆர்ப்பரித்தது. அந்தக் குழு என்னவெல்லாம் புதிதாகச் செய்யலாம் என்று ஒரு புது கம்பெனி போல பேச ஆரம்பித்தது. பாட்டில்களோடு சந்தோஷம் கரை புரண்டு ஓடிக்கொண்டிருந்தது.

கார்த்திக்கு நடக்க வேண்டும் போல தோன்றியது. வெளியே வந்தான். சந்தைக் கட்டிடம் நோக்கி கால் தானாகவே நடந்தது.

மோதிலால் சொன்னது ஞாபகம் வந்தது. இது கட்டிடம் அல்ல. அம்மா.. அம்மாக்குத் தெரியும் யாருக்கு எப்போது என்ன கொடுக்க வேண்டும் என்று.

தாயினும் சாலப் பரிந்து..